தோல் பை

சத்யானந்தன்

பதினைந்து ஆண்டுகளுக்கும் மேலாக சதங்கை, கணையாழி, நவீன விருட்சம், சங்கு, உயிர்மை, மணிமுத்தாறு, புதியகோடாங்கி, இலக்கியச் சிறகு, கனவு உள்ளிட்ட சிறு பத்திரிகைகளிலும், திண்ணை, சொல்வனம் உள்ளிட்ட இணைய தளங்களிலும் தீவிரமாகத் தனது படைப்புகளைப் பிரசுரித்துள்ளார் கவிஞர், எழுத்தாளர் சத்யானந்தன் (முரளிதரன் பார்த்தசாரதி).

நவீன புனைகதைகள், நாவல்கள், கவிதைகள், கட்டுரைகளை வித்தியாசமாகப் படைப்பவர். வாசிப்பையும் எழுத்தையும் இரு கரைகளாகக்கொண்டு ஆரவாரம் இல்லாத மிக அமைதியான ஆறாக தொடர்ந்து ஓடிக் கொண்டிருக்கும் இவர் சமகால எழுத்துக்களை அலுக்காமல், சளைக்காமல், அமைதியாகத் தன் போக்கில் தொடர்ந்து அறிமுகப்படுத்தி, விமர்சித்து, கவனப் படுத்தி வருகிறார்.

தோல் பை

சத்யானந்தன்

தோல் பை

Thol Pai
Sathyanandhan ©

First Edition: November 2017
128 Pages

ISBN: 978-93-86737-29-8
Kizhakku - 1043

Kizhakku Pathippagam
177/103, First Floor,
Ambal's Building, Lloyds Road
Royapettah, Chennai 600 014.
Ph: +91-44-4200-9603

Email : support@nhm.in
Website : www.nhm.in

kizhakkupathippagam
kizhakku_nhm

Author's Email: sathyanandhan.tamil@gmail.com

Kizhakku Pathippagam is an imprint of New Horizon Media Private Limited

நிர்வகிக்கப்பட்ட? கர்வம்

பழுது பார்ப்பவரது
வருமானம் நிறம்
வேறுபடலாம்
ஆனால் பழுதுகளுக்காக?
யாரையேனும் கட்டாயக்
கூட்டாளியாக்க? வேண்டியிருக்கிறது
அடிக்கடி

சாதனங்கள் தானியங்குவதும்
என் கர்வமும்
சார்புடையவை

கர்வ? பங்கம் நேரும் போது
பழுது பார்ப்பவர்
மையமாகிறார்

என் தேவைகளை முடிவு
செய்யும் நிறுவனங்கள்
என்னையும் அவரையும்
சேர்த்தே
நிர்வகிக்கிறார்கள்
அவ்வழியாய்
என் கர்வங்களையும்

சுதந்திரமான? கர்வம்
சாதனங்களுக்கு
அப்பாலிருக்கிறது
தனித்திருக்கிறது
அசலாயிருக்கிறது

கையால் கடற்கரை
மணலைத் தோண்டி
ஊறும் சுவை நீரை
சிறு விலைக்கு
மெரினாவில் விற்றவளிடம்
வெகுநாள் முன்பு
அதைக்
கண்டிருக்கிறேன்

உள்ளடக்கம்...

1

வாள்

'**சா**மீ... சாமீ...' என்னும் கூக்குரல் அவனை எழுப்பியதா இல்லை யாரோ காலை மிதித்தது காரணமா தெரியவில்லை. வலியில் துடித்து எழுந்தவன் சாலையோரம் நின்றிருந்த வண்டிகளில் ஒன்றை நோக்கிப் பல பிச்சைக்காரர்கள் ஓடுவதைக் கண்டான்.

பகலில் எங்கே திரிந்தாலும் இரவு ஒரிருவரேனும் படுத்திருக்கும் நடைபாதை ஓரத்தையோ அல்லது பேருந்து நிலையத்தையோ தேர்ந்தெடுப்பான். முதல் நாள் இரவு அவன் ஒதுங்கிய மதில் சுவர் ஒவ்வொரு ஐந்தடிக்கும் ஒரு கொடியை சுமந்திருந்தது. ஒரு மைதானத்தைச் சுற்றியிருந்தால் மட்டுமே அது மதில். இல்லையேல் அதன் உயரத்துக்கு அது குட்டிச் சுவர்தான். மதிலின் பின்னே மைதானத்தில் பெரிய பந்தலின் மற்றும் மேடையின் பின்புறத் தோற்றம் குழல் விளக்குகளின் வெளிச்சத்தில் பகலாகத் தோன்றியது.

பந்தல் கண்ணில் பட்டதில் அவனுக்கு மகிழ்ச்சியே. நிறைய ஆட்கள் பல சமயம் அவர்கள் மீத்தும் தின்பண்டங்கள் என அவனுக்குப் பிடித்தமான இரு விஷயங்கள் பந்தல்களில் உண்டு.

பந்தலை வேடிக்கை பார்த்து கால் வலித்ததும் படுக்க எண்ணி தோளின் மேலே இருந்த கிழிந்த சாக்கு மூட்டையைக் கீழே

இறக்கியபோது சத்தத்துடன் ஒரு நசுங்கிய தகர டப்பா வெளியே விழுந்தது.

'உன் மூட்டையில இருக்கற குப்பையை படுக்கற இடத்தில கொட்டாதேடா நாயி' என்றான் ஒரு பிச்சைக்காரன். அவனுடைய காலை மிதித்து காரை நோக்கி ஓடியது அதே ஆள்தானா என்று தெரியவில்லை.

இப்போது நிறைய கார்கள் மற்றும் வேன்கள் வரிசையாய் நின்றிருந்தன. அத்தனை வண்டிகளின் முன்னும் பின்னுமாய் கழிகளின் மீது மாட்டிய கொடிகள் தென்பட்டன. சில வண்டிகளில் ஏதோ எழுதிய அட்டைகளும்.

பிச்சைக்காரர்கள் மொய்த்த ஒரு வண்டியை அவனும் நெருங்கினான். 'டேய்... நவுருடா நீயும் உன் மூட்டையும்' என்று விரட்டினான் ஒருவன். இன்னொருவன் அவனை நெட்டித் தள்ளிவிட்டான்.

மதிலுக்கும் வண்டிகளுக்கும் நடுவே இருந்த நடைபாதையிலும் கையில் கொடியுடனும் கொடியில்லாமலும் பலர் நின்றிருந்தனர். பின்பக்கம் முழங்கையை ஊன்றி நிற்க வாட்டமாய்த்தான் அந்தச் சுவர் இருந்தது. நின்றிருப்பவர் விட்டிருந்த இடைவெளியில் புகுந்து எட்டிப் பார்த்தான். அகலம் குறைவாய் நீளமாய் பல வண்ணத் துணிப் பந்தல் பெரிய பந்தலின் தம்பிபோல அதை ஒட்டி இருந்தது. காலி இடத்தில் பல இடங்களில் நாற்காலி இல்லாமல் மேசைகள் மட்டும் நின்றிருந்தன. துணிப் பந்தலின் கீழே உயரமான வெள்ளைத் தொப்பி அணிந்து பச்சை நிற பேன்ட் சட்டை போட்ட சிப்பந்திகள் சிறிய அடுப்புகள் மீது உள்ள எவர்சில்வர் வாணலிகளில் ஏதோ கிளறிக் கொண்டிருந்தனர்.

'தூத்தேரி...' பலத்த குரல் அவன் காலுக்கருகிலிருந்து கேட்டது. அது என்ன என்று திரும்பிய வேகத்தில் சிலர் முகம் சுளித்து நகர்ந்தனர். குரல் வந்தது ஒரு ஜோசியக்காரரிடமிருந்து. கிளி இருந்த கூண்டை நெருங்கிய பூனையை அவர் விரட்டிய சத்தம் அது.

வெய்யில் ஏறத் துவங்கிவிட்டது. தாகம் நாவை வறட்டியது. முதுகிலிருந்த கிழிந்த சாக்கு மூட்டையை இறக்கி உள்ளே இருந்தவற்றை விலக்கினான். பிளாஸ்டிக் பைகள், காலி மது

பாட்டில்கள், தகர டப்பாக்கள் நடுவே கொஞ்சம் தண்ணீருடன் இருந்த ஒரு பிளாஸ்டிக் பாட்டிலை எடுத்து நீரை அருந்தினான்.

பழையபடி சுவர் அருகே சென்று எட்டிப் பார்த்தான். வெள்ளை வேட்டி, வெள்ளை சட்டை, கலர் சட்டை, பலவித பேண்ட் சட்டை இவர்களுடன் காக்கி பேண்ட், காக்கிச் சட்டை போட்டவர்கள் சிலரும் வரிசையாக நின்று உணவு வகைகளை வாங்கி மேசைகள் மேல் வைத்து நின்றபடி சாப்பிட்டுக் கொண்டிருந்தனர்.

தான் காக்கிச் சட்டை எப்போதோ அணிந்திருந்ததாகத் தோன்றியது. இதேபோல் போலிஸ் கலரில் இல்லாமல் சாதா கலரில். எப்போது எங்கே என்று நினைவுக்கு வரவில்லை. 'சாமியோவ்... சாமியோவ்...' என்று பிச்சைக்காரர்கள், மதிலில் இருந்து மைதானம் வரை கேட்க, உரத்துக் கூவினார்கள். ஓரிரு காக்கிச் சட்டைக்காரர்கள் சுவர் வரை வந்து மீந்த உணவுகளை பிளாஸ்டிக் தட்டுக்களுடன் தந்தனர். எதுவும் இவன் கைக்கு எட்டவில்லை. உணவு உண்போரின் எண்ணிக்கை அதிகரிக்க வாசனை தென்பட்டது.

சுவருக்குப் பத்தடி முன்னே வந்த ஒருவர் உணவுத்தட்டை தரையில் போட்டுவிட்டு நகர்ந்தார். சுவரில் எக்கி எக்கி கையை நீட்டிய அவன் உள்ளே குதித்தான்.

'யார்ரா நீ...' ஒரு வெள்ளைச் சட்டை கையை ஓங்கியபடி வந்தார். அவரிடமிருந்து தப்பிக்க வேறு பக்கம் ஓடினான். ஒரு பச்சைச் சட்டை வெள்ளைத் தொப்பிக்காரன் விரட்டி வர, இவன் தப்பிக்க வழி தேடியபடியே திரும்பியபோது சறுக்கி மூட்டையோடு விழுந்தான். யார் யாரோ எத்தும் விளைவில் வலியில் 'ஐய்யோ' என்றான்.

'நிறுத்துங்க' என்று ஒரு காக்கிச் சட்டைக்காரர் ஓரிருவரைத் தோளில் தட்டி விலக்கினார். 'போங்கப்பா' என்று ஏனையோரைக் கலைந்து போகச் செய்தார்.

'சாப்பாடு வேணுமா?' என்றார். முதலில் 'ஆமாம்' என்பதுபோல் தலையாட்டி பிறகு தலையைக் குனிந்து கொண்டான்.

'முதல்ல கீள கிடக்கற தட்டு, டம்ளரு, ஸ்பூனு எல்லாம் பொறுக்கி எடு' என்றார். உடனே அனைத்தையும் திரட்டி ஒரு நீண்ட வட்டம் அடித்துத் திரும்பி வந்து சேர்ந்தான்.

ஒரு தட்டுச் சோறை நீட்டிய அவர், 'ஒரு ஓரமா உட்கார்ந்து சாப்பிடு. குப்பை விள விள எடுத்து மூட்டையிலே போடு. சாப்பிடறவங்க கிட்டே போகாதே' என்றார். தலையாட்டிவிட்டு உணவை உண்டான்.

சிறிது நேரங்கழித்து 'தோழர் அனைவரும் அரங்கினுள் வரவும்' என்னும் குரல் ஒலிபெருக்கியில் கேட்டது. மறுபடி மறுபடி.

இது போன்ற பந்தலுள்ளே தானும் எப்போதோ போன நினைவு வந்தது, எப்போது என்று நினைவில் வரவில்லை. சற்று நேரத்தில் உணவுத் தட்டுக் குப்பை குறைந்து நின்றது. அவன் பச்சைச் சட்டை ஆட்கள் கண்ணில் படாமல் சுவர் ஓரமாக உட்கார்ந்தான்.

வெய்யில் உச்சகட்டத்தில் சுட்டது. பச்சைச் சட்டைகளும் காணாமற் போக தண்ணீர் கேன் இருந்த மேசை பெரிய பந்தலருகே இருப்பது தென்பட்டது. மூட்டையை ஓரங்கட்டி விட்டு தண்ணீர்க் குழாயைத் திறந்து விட்டுக் குடித்தான்.

'நீங்க யாரு எங்களை தடுக்க?' என்று பலமான குரலுடன் ஒரு வெள்ளைச் சட்டைக்காரர் முன்னே வர, பின்னே ஒரு காக்கிச் சட்டைக்காரர். அவர் பின்னே பல காக்கிச் சட்டைக்காரர்கள்.

'தொழிற்சங்கக் கட்டுப்பாடுகளை மதிங்க. யாரு மாலை போடணும் யாரு வாழ்த்திப் பேசணுமின்னு ஏற்கனவே முடிவாயிடுச்சு.'

'தலைவருக்கு ஒரு வெள்ளி வாளை நாங்க கொடுக்கப் போறோம்...' நீளமான பழுப்புப் பொட்டலத்தை உயர்த்தியபடி ஒரு காக்கிச் சட்டைக்காரர் கத்தினார்.

இதற்குள் பல வண்ணச் சட்டைக்காரர்களும் குழும இவன் பயந்து பழைய இடத்திற்கு ஓடினான்.

சிறிது நேரத்தில் பலரும் இங்கும் அங்கும் ஓடினர். 'டேய்... ஏய்... வாடா...' எனக் குரல்களுடன் கற்களும் பறந்தன.

அவன் ஒடுங்கி வெகுநேரம் நகரவேயில்லை.

மாலை நேரம். மைதானம் காலியாயிருந்தது. எழுந்து நோட்டம் விட்டான். பொறுக்கக் குப்பைகள் இல்லை. நிறைய கற்கள். ஒரு பழுப்பு நிற பெரிய பொட்டலம் கிடந்தது. எடுத்து மூட்டையில்

வைத்தான். ஓரிரு கற்களை நாய்களை விரட்ட என எடுத்துக் கொண்டான். சுவரேறி வெளியே வந்தான்.

இரவு தாகமெடுத்தபோது பையைத் துழாவினான். பெரிய பழுப்புப் பொட்டலம் தென்பட்டது. பிரித்தான். வெள்ளி வாள். உயர்த்திச் சுழற்றி 'டேய்... ஏய்...' எனக் கத்தினான்.

2

முகம்

'**யா**ராவது வந்து எடுங்கள்' என்பதுபோல 'லேண்ட் லைன்' மணியொலி செய்துகொண்டிருந்தது. வீட்டில் வேறு யாரும் இல்லாததால் துரையரசன் மாடியிலிருந்து கீழே வந்து எடுக்க வேண்டியிருந்தது. முதல் நாள் வணிகர் சங்கக் கூட்டம் முடிய இரவு வெகு நேரமாகியிருந்தது. தூக்கக் கலக்கத்தைச் சமாளித்து படிகளில் பைய்ய இறங்கி வந்தான். 'வணக்கம். நான் செல்வராசன் பேசறேன். அம்மா இருக்காங்களா?'

'வணக்கம் அங்கிள். நான் துரை பேசறேன். அம்மா இங்கே இல்ல அங்கிள். அக்கா வீட்டுக்கு போயிருக்காங்க.'

'ரெண்டு நாள் மின்னேகூட ஃபோன் பண்ணியிருந்தேன். உன்னோட வொய்ஃப்தான் எடுத்தாங்க. அம்மா ஊரிலே இல்லையா?'

'இருக்காங்க. அப்பா காலமான பிறகு இந்த ஒரு மாசமா அம்மா எங்கேயுமே போகலே. கொஞ்ச நாள் எங்க வீட்டுக்கு வான்னு அக்கா கூட்டிக்கிட்டு போயிருக்கு. அக்கா வீட்டு நம்பர் தரட்டுமா அங்கிள்?'

'வேணாம் தம்பி. நான் பேச நினைக்கறதை அவுங்க அங்கே இருக்கும்போது பேச முடியாது. உங்க வீட்டிலே அவுங்க இருக்கும்போது பேசினா நல்லா இருக்கும்...'

'இன்னும் ரெண்டு நாளிலே வந்துடுவாங்க.'

'அது வரையில் தாளாது தம்பி. அவுங்களை இன்னிக்கி மதியம்போல பேசச் சொன்னா நல்லா இருக்கும்.'

'சரி அங்கிள்.' காலைக் கடன் முடியும் வரை அவரது திடீர் ஃபோன் அழைப்பு ஏன் என்ற கேள்வியும் அப்பாவின் மரணம் தன் மீது சுமத்தி இருக்கும் பொறுப்புகளும் மனதுள் மேல் எழுந்தன. ரியல் எஸ்டேட் விவகாரமோ கட்சி வேலையோ அப்பாவோடுதான் செல்வராசன் பேசுவார். அப்பாவைத் தவிர வேறு யார் எடுத்தாலும் வணக்கம் சொல்லி முடித்துக் கொள்வார். இப்போது அம்மாவிடம் அவசரமாகப் பேச என்ன இருக்கும்? காலை உணவு முடித்து தன் 'டிராவெல்ஸ்' அலுவலகம் செல்லும் வரை கேள்வி மனதுள் நெருடியபடியே இருந்தது.

காலையில் முதலில் அலுவலகம் சென்ற பின்னர்தான் வேறெங்கும் செல்வான். அலுவலகப் பெண் வரத் தாமத மானாலும் அவன் திறந்து வைத்துத் துவங்க ஏதுவாயிருக்கும். அலுவலகம் போகும் வழியில் தொடங்கி, போன பின்னும் முதல் நாள் கூட்டம் பற்றி நிறைய அழைப்புகள்.

பதினொரு மணிபோல் மனைவியிடமிருந்து ஃபோன். 'சொல்லு சரளா...'

'கொஞ்ச நேரத்திலே நான் கிளம்பி வரேன். ஆறு மணிக்கி பஸ் ஸ்டாண்டுக்கு காரை அனுப்புங்க.'

'சரி.'

'சாப்டீங்களா?'

பேசி முடித்ததும் அம்மாவிடம் செல்வராசன் பேசியதைப் பற்றி சொல்ல நினைத்து அக்கால் வீட்டு லேண்ட் லைனில் அழைத்தான். அம்மாவிடம் மொபைல் அப்பா காலத்திலேயே கிடையாது. அக்கா வீட்டில் வேலை செய்யும் அம்மாள் ஃபோனை எடுத்தார். 'இங்கே யாரும் இல்லையே தம்பி... உங்க மாமா மெட்ராஸ் போயிருக்காங்க, அவுங்க ரெண்டு பேரும் டாக்டர் கிட்டே போயிருக்காங்க.'

மதியம் மூன்று மணிக்கு செல்வராசனே மறுபடி அழைத்தார். 'அம்மா உடனே பேசினா நல்லா இருக்கும் தம்பி.' மறுபடி முயன்றான். இந்த முறை அம்மா தூங்கிக் கொண்டிருந்தார்.

'அப்படி என்ன ரகசியம்? நான் சின்னப் பையனா என்ன?' அடக்க முடியவில்லை. அவருக்கே ஃபோன் செய்து கேட்டான். 'என் கிட்டே சொல்லக்கூடாதா அங்கிள்?'

'ஒண்ணுமில்லை தம்பி, உங்க அப்பா காலமான பிறகு காலியான இடத்துக்கு எலெக்ஷன் வருது. கட்சித் தலைமையிலே நாளைக்கு முக்கியமா ஆலோசனை பண்றாங்க. உங்க அம்மா சம்மதிச்சா அவுங்க நிக்கலாம். இல்லேயின்னா நீ...' அப்பாவைத் தவிர மாமாதான் அவன் அறிந்து அரசியல்வாதி. அப்பாவும் மாமாவும் சேர்ந்து பணியாற்றி அவன் பார்த்ததே இல்லை.

'தம்பி... நீங்களே இதை அம்மாகிட்டே பக்குவமா எடுத்துச் சொல்லுங்க. குறிப்பா உங்க அக்கா மாமாவுக்கு தெரிய வேண்டாம்.'

'சரி.'

'மாலை ஆறு மணிக்குள்ளே சொல்லுங்க.' பிறகு அலுவலக வேலைகளில் ஆழ்ந்துவிட்டான். மாலை ஐந்து மணிக்கு சரளா வண்டி அனுப்பியாகிவிட்டதா என்று கேட்டபோதுதான் குடும்ப நினைவே வந்தது. இந்த முறை அவர்கள் இருவரும் ஒரு மஞ்சள் நீராட்டு விழாவுக்குப் போயிருப்பது தெரிந்தது. அக்காவின் மொபைலில் அழைத்தான்.

முதலில் ஒரே சத்தமும் சிரிப்பொலியுமாய்க் கேட்டது. 'சொல்லுடா தம்பி' என்றாள் அக்கா. 'அம்மாகிட்டே அர்ஜென்டா பேசணும்.' சத்தமும் சிரிப்பொலியும் மறுபடி. அரை நிமிடத்துக்கும் மேல் ஆனபின் அம்மா, 'சொல்றா துரை...'

'அம்மா உன் கிட்டே உடனே பேசணும்...' ஹலோ ஹலோ என்றார் அம்மா. 'அம்மா வெளியிலே வந்து பேசு.' மறுபடி ஹலோ ஹலோ என்றார் அம்மா. 'ஒண்ணும் கேக்க மாட்டேங்குது.' மறுபடி பேச்சுச் சத்தம். இனி அவரிடம் பேசுவது எப்போது புரியவில்லை. ஆனால் செல்வராசன் விடுவதாக இல்லை. இரவு எட்டு மணிக்கு அழைத்தார். 'அம்மா என்ன சொன்னாங்க?'

'அங்கிள், அம்மாவை என்னால ஃபோன்ல பேச வைக்க முடியல... ஸாரி.'

'ஒண்ணு பண்ணுங்க. நீங்களே கிளம்பி வாங்க தம்பி. இன்னும் ரெண்டு நாளிலே கட்சியிலே முடிவு எடுக்கறாங்க. இனி தாமதிக்க இயலாது.'

'இன்னைக்கேவா?'

'ஆமா. அம்மாகூட பிறகு சம்பிரதாயமா பார்த்துக்கொள்ளலாம். உங்களை நாளையே அறிமுகம் செய்துடலாம். தலைமை அலுவலகத்துக்கு காலை பத்து மணிக்கு வந்துடுங்க.' அவரிடம் பேசி முடிக்கும் முன்னே மனைவி தொலைபேசியில் வந்து விட்டாள். 'எப்ப வரீங்க?'

அவளிடம் சுருக்கமாகச் சொன்னதும் மிகவும் உற்சாகமாகி விட்டாள். அவன் வீட்டுக்குள் நுழையும்போது பை தயாராக இருந்தது, அவன் உணவு உண்ணும்போது ஏதோ அவன் இப்போதே கட்சியால் தேர்ந்து எடுக்கப்பட்டதுபோல துள்ளலாய்ப் பேசிக் கொண்டிருந்தாள்.

பேருந்துப் பயணத்தில் சரியான தூக்கமில்லை. ஒரு விடுதியில் அறை எடுத்து உறங்கினான். எட்டு மணிக்கு கடமை தவறாமல் 'அலாரம்' அடித்தது. வரவழைத்த தேநீரை அருந்தும் முன்பே செல்வராசன் தொலைபேசியில் தலைமை அலுவலகம் அருகே உணவு விடுதியில் சந்திக்கலாம் என்றார். ஒன்பதரை மணிக்கு அங்கே போனபோது ஒரு உணவு மேசையில் இருந்தார்.

'தம்பி, அம்மாவை அக்கா வீட்டுலேயிருந்து ஏன் பேச வேண்டாமின்னு சொன்னேன்னு புரிஞ்சுதா?'

புரியவில்லை என்று தலையாட்டினான்.

'உங்க மாமா இந்த வாய்ப்புக்காக தீவிரமா வேலை செய்துக் கிட்டு இருக்காரு...'

'இது எங்களுக்கு தெரியாது.'

'உங்களை தீவிர அரசியலுக்கு கொண்டுவர உங்க அப்பா எண்ணி இருந்தாரு. அவர் உயிரோட இருந்திருந்தா பேச்சாளர் பயிற்சிக்கு அனுப்பி இன்னேரம் மேடை ஏற்றி இருப்பார்...' அவனுக்குச் சற்றே அதிர்ச்சியாக இருந்தது. பொதுவாக அவனை மதித்து அவர் எந்தக் குடும்பப் பிரச்சனை பற்றியும் ஆலோசித்ததில்லை.

'உங்க மாமாவுக்கும் உங்க அப்பாவுக்கும் நிறைய விஷயங்கள்ள கருத்து வேறுபாடு இருந்திச்சு. இப்ப உங்க மாமா வேகமா தன் காய்களை நகர்த்தராரு...'

அவனோ அல்லது அவன் அம்மாவோ நிற்பதுதான் சரியாக இருக்கும் என்று செல்வராசன் விளக்கினார். பதினொரு

மணிபோல இருவரும் தலைமை அலுவலகத்துள் இருந்தனர். தயாராகக் கொண்டுவந்திருந்த பொன்னாடையை அமைச்சருக்குப் போர்த்தி வணக்கம் சொல்ல சுமார் ஒரு மணி நேரம் காத்திருக்க வேண்டி இருந்தது. புன்முறுவலுடன் அதை ஏற்ற அமைச்சர், 'சுந்தரம் வாரிசு துரையரசன் கட்சி பணிக்காக முன் வந்திருக்கிறார். வாழ்த்துக்கள்...' என்றார். செல்வராசன் அப்பா பற்றி அமைச்சரிடம் விவரித்தபடி பேசப் பேச துரையரசனுக்கு அப்பா பற்றி இத்தனை விவரம் ஏன் தெரியாமற் போனது என வியப்பாகவும் வருத்தமாகவும் இருந்தது. பொதுவாகக் கட்சி பற்றி அவர்கள் இருவரும் பேசியவையும் துரையரசனின் புரிதலுக்குச் சற்றே சிரமம் தரும் விஷயங்களாக இருந்தன. விடைபெற்றுக் கிளம்பும்போது 'தொகுதி பொறுப்பாளர்ங்கற முறையில் தம்பியின் பெயரை கண்டிப்பா பரிந்துரை செய்யறேன்' என்றார் அமைச்சர்.

பகலுணவுக்குப் பிறகு கிட்டத்தட்ட எல்லா நிர்வாகிகளையும் செல்வராசன் அறிமுகம் செய்து வைத்தார். பல பிரமுகர் களையும் சந்திக்க முடிந்தது. கிளம்பும் முன் அமைச்சரை இன்னொரு முறை பார்க்க எண்ணினார் செல்வராசன். சாளரம் வழியே பார்த்தபோது துரையரசனின் மாமா மற்றும் இருவர் அமைச்சருடன் உரையாடுவது தெரிந்தது. பொருள் பொதிந்த விதமாகத் தலையை ஆட்டிய செல்வராசன் 'கிளம்புவோம்' என்னும் விதமாக சைகை செய்தார்.

காரில் ஏறிய பின் 'இப்போ புரிஞ்சுதா தம்பி நான் ஏன் அவசரமா உங்களை வரச்சொன்னேன்னு...' என்றார். 'உங்க மாமா நீங்களோ அல்லது அம்மாவோ போட்டியிட ஆர்வமாவே இல்லன்னு சொல்லிக்கிட்டிருக்கிறார். கட்சித் தலைமையைப் பொறுத்த அளவிலே உங்களை வேட்பாளரா அறிவிக்கறது வெற்றிக்கு வழி வகுக்கும்னு முடிவு எடுப்பாங்க. கவலையில்லே. செலவுக்கு ஏற்பாடு செய்துட்டீங்களான்னு கேப்பாங்க. தயாரா இருக்கேன்னு சொல்லுங்க. நம்ம ஆதரவாளர்ன்னு நிறைய நண்பர்கள் இருக்காங்க. கவலையில்லே...' என்று பலவிதமான அறிவுரை கூறி அவனை விடுதியில் இறக்கி விட்டுச் சென்றார்.

துருவித் துருவி விவரம் கேட்ட மனைவியிடம் தயங்கித் தயங்கி விளக்கினான். ஏனோ மகிழ்ச்சி ததும்ப விளக்க முடியவில்லை. ஆனால் அவளோ படு உற்சாகமாக பதிலளித்தாள். 'உங்க முகம்

பட்டிதொட்டியெல்லாம் பளிச்சிடப் போவுது. சந்தோஷப் படாம மென்னு முழுங்கறீங்க. அப்பாவுக்கு நல்ல மதிப்பு தொகுதி முழுசும். நீங்க ஜாம் ஜாம்னு ஜெயிச்சு வருவீங்க' என்றாள். கட்சித் தலைவருங்ககிட்டே உங்க மீட்டிங் நல்ல படியா முடிஞ்சா சமயபுரத்து ஆத்தாவுக்கு முகம் வாங்கிப் போடறதா வேண்டிக்கிட்டிருக்கேன். வரும்போது சமயபுரத்துல இறங்கி சாமி கும்பிட்டுட்டு முகம் வாங்கிப்போட்டுட்டு வாங்க. ஆத்தா சன்னதி எதிரிலே இருக்கற உண்டியல்லே போடணும்.'

முகம், கை, காது, கண் என நேர்ந்துகொண்டோருக்கென பல வடிவ வெள்ளித் தகடுகளை மூங்கிற் தட்டுக்களில் கூவிக் கூவி விற்றோர் வழி மறித்தனர். பை, செருப்பை பத்திரப்படுத்திய பிறகு இருபது ரூபாய் கொடுத்து ஒரு முகம் வாங்கினான். தரும தரிசனம் மிகப் பெரிய வரிசையாய்த் தென்பட்டது. சிறப்பு தரிசனத்தில் பத்து ரூபாய் வரிசையில் இணைந்தான்.

'ப' வடிவில் பல திருப்பங்களைத் தாண்டி கிட்டத்தட்ட சன்னதியை நெருங்கும்போது துரையரசனுக்கு முன்பே நின்றிருந்த ஒரு நடுத்தர வயதுப் பெண் குரலும் உடலும் நடுங்கக் குதித்து ஆடியபடி முன்னும் பின்னும் நகர அவன் சுதாரித்துக் கொண்டு பின்னகர்ந்தான். அவளது உறவினர்கள் அவளைத் தாங்கிப் பிடிக்க ஒரு ஆண் அவள் எதிரே கை கூப்பி நின்றான்.

'உன் குல தெய்வம் ஆருடா?'

'நீதான் தாயே...'

'பின்னே ஏன்டா இத்தனை நாளா வரலே?'

'தப்புதான் தாயே... மாப்பு கேட்டுக்கறேன்.'

'நீ ஏரோட்டர நெலம் ஆருது?'

'என்னுதான் தாயே. நல்ல வெள்ளாமை உன் அருளாலே...'

'அப்புறம் ஏண்டா உன் புள்ள குட்டிங்களை தவிக்கவுட்டு அண்ணன் குடும்பத்துக்கு வாரி உடறே?'

'கொஞ்சம் சிரம திசை அண்ணன் வூட்டுலே. அதான்...'

'தனக்கு மிஞ்சித்தான்டா தானமும் தருமமும்.'

'சரி தாயே.'

'ஏய்... எனக்கு புதுசா பட்டுப் புடவை வாங்கி சார்த்தறேன்னு வேண்டிக்கோடா.'

'சரி தாயே.'

பின்னேயிருந்து ஒருவர் அவனை 'நீங்க நகருங்க' என்றார் தோளில் தட்டி. அவனும் மற்றோரும் அந்தப் பெண் மீது படாமல் முன்னகர்ந்தனர்.

கும்பல் அவனைத் தள்ளியபடியே அவசர தரிசனம் செய்வித்து வெளியிலும் சேர்த்துவிட்டது. குங்குமத்தை மடித்து சட்டைப் பையில் வைக்கும்போதுதான் கையில் வெள்ளி முகம் உறுத்த, அதை சன்னதி உண்டியலில் போட மறந்த தவறு கவனத்திற்கு வந்தது. இனி மறுபடி வரிசையில் செல்லத் தெம்பில்லை. ஒரு வரிசையின் கடைசியில் இருந்த ஒரு பெரிய அம்மாள் அன்புடன் உண்டியலில் அதைச் சேர்க்க ஒப்புக் கொண்டார். வரிசை நகர்ந்தது. கொடுக்கும் முன் இன்னொரு முறை முகத்தை பார்த்திருக்கலாமோ என்று தோன்றியது.

௩

மரப்பாச்சி

தொலைபேசி மணி எழுப்பிற்று. அறையை விட்டு வெளிவந்த போதுதான் வெளியே வெப்பம் தகித்தது. தொலைக்காட்சியின் சத்தத்தை மீறி அம்மா தூங்கிக் கொண்டிருந்தாள். சங்கரின் அழைப்பா? இல்லை. அம்மாவின் தோழி ஒருவர் வயிற்றில் குழந்தையின் வளர்ச்சி பற்றி விவரமாக விசாரித்தார். அம்மாவைப் பிறகு பேசச் சொல்கிறேன் என்று சொல்லி வைத்தாள்.

மணி நான்கு அடித்துவிட்டது. குழந்தை பள்ளியிலிருந்து வந்திருப்பாள். தன் வீட்டு எண்ணை முயன்றாள். 'நீங்கள் டயல் செய்த எண்ணை சரி பார்க்கவும்.' எஸ்டிடி கோட் போட மறந்துவிடுகிறது. வந்து ஒரு வாரமானாலும் இடைப்பட்ட தூரம் எப்படியோ நழுவி விடுகிறது. 011 போட்டு முயன்றாள். மாமியார் எடுத்தார். ஐந்து நிமிடம் பொறுமையாக கவனமாகப் பேசி மெதுவாக சித்ரா பள்ளியிலிருந்து வந்தாளா என விசாரித்தாள். வந்து ட்யூஷன் போயாகிவிட்டது என்று தெரிந்தது. நேற்று இரவு 'மெட்டி ஒலி' நேரத்தில் குழந்தை கூப்பிட்டாள். நாத்தனார் பையன் வந்து அவளுடைய பார்பியைப் பழுதாக்கி விட்டுப் போய்விட்டான். ரொம்ப அழுதாள். நிறைய பார்பி அவளிடம் இருந்தது. ஆனால் 'பிங்க்கி' அவளுக்கு மிகவும் பிடித்தது.

குழந்தை ஒரு முறை உள்ளே புரண்டது. சிலிர்ப்பும் லேசான அதிர்வும். இரண்டாவது அச்சம் முழுதும் அகன்ற அணு அணுவாக அனுபவிக்கும் இனிய வாய்ப்பு. குழந்தை சித்ராவிடம் தான் கிளம்பும் வரை பிறக்கப் போகும் பாப்பாவுடன் எப்படி எப்படியெல்லாம் விளையாடலாம் என்று நிறையவே சொல்லி விட்டு வந்திருந்தாள். பெண் குழந்தை கட்டாயம் பழகிவிடுவாள்.

ஆனால் 'பார்பி' சமாசாரம் எவ்வளவு நுட்பமானது என்பது சங்கருக்குப் பிடிபடாது. குழந்தை பேசி வைத்ததும் தூக்கமே பிடிக்கவில்லை.

'பார்பி' பொம்மைகள் உயிருள்ளவை. கார்ட்டூன் நெட் ஒர்க்கில் விதவிதமான தொடர்களை ரசிப்பவை. மாற்றி மாற்றி வண்ண வண்ண உடைகள் அணியும். விதம் விதமான பொட்டுக்கள் வைத்துக் கொள்ளும். விலையுயர்ந்த வாசனைத் தைலங்கள் வேண்டும் அவற்றிற்கு. இரவு சித்ரா கதை சொல்ல அவை கேட்கும். அவள் தூங்கும்போது உடன் தூங்கும். சித்ரா இப்படி ஒரு அதிர்ச்சியை அனுபவித்தது பெரியதாகத் தோன்றவில்லை. ஆறுதல் சொல்ல தன்னால் முடியாமற் போகிறதே. காலையி லிருந்து பலமுறை அவனது மொபைல் ஃபோனுக்கு தொடர்பு கொள்ள முயற்சித்து இயலாமற் போயிற்று. தொடர்ந்து இத்தனை நேரம் ஸ்விட்ச் ஆஃப் என்றே வருவது இதுதான் முதல் முறை.

வாயில் அழைப்பு மணி ஒலித்தது. உயரமாய், கறுப்பாய், ஒல்லியாய், கண்கள் உள்ள கைத்தறி கைலி கட்டிய பெரியவர்; கையில் பல வண்ணப் பூக்கள் நீல நிறத் துணிமீதான 'டிஸைன்' பட்டன் குடை, அவள் பள்ளி இறுதியிலிருந்து கல்லூரி வரை பயன்படுத்தியது. வாங்கிப் பிரித்துப் பார்த்தாள். 'அம்மா சரி செய்யக் கொடுத்தாங்க' என்றார். 'சரி. நன்றிங்க' என்றபடி வாங்கிக்கொண்டாள். அம்மா எவ்வளவு நினைவாக அதை வைத்திருந்து சரிசெய்து தந்திருக்கிறாள்.

நேரமாக நேரமாகப் பதற்றமாயிருந்தது. குழந்தையைப் பற்றிய விவரத்தை எப்படித் தெரிந்து கொள்வது? சங்கரின் அலுவலகத்துக்குத் தொடர்பு கொண்டாள். சங்கரின் தனி உதவியாளர் மூலம் அவன் அமைச்சர் கூட்டியுள்ள மாநாட்டில் இருப்பதாகத் தெரிந்தது.

அம்மா இன்னும் எழுந்தபாடில்லை. ஒரு வாய் காப்பி குடிக்கலாம் போலிருந்தது. அப்பாவுக்கு சேர்த்துப் போட்டால்

என்ன? அப்பா அறைக் கதவைத் தட்டினாள். கொஞ்சம் திறந்திருந்தது. மெதுவாகத் திறந்தாள். அப்பா இல்லை.

அப்பாவின் அறை நிறையவே மாறி இருந்தது. அப்பா ராணுவ உடையுடன் அழகு, இளமை, ஒல்லியான அம்மாவுடன் அருகில். அடுத்த புகைப்படமாய் தான், சங்கர் கைக்குழந்தை சித்ராவுடன். புதிதாய் ஒரு புத்தக அலமாரி. அதில் உயர அடிப்படையில் ஒழுங்கு செய்யப்பட்ட புத்தகங்கள். அப்பா எங்கே போயிருப்பார்? மாத முதல் வாரம் நிச்சயம் கான்டீனில் தன்னுடைய இந்தமாத சமாசாரங்கள் வாங்கப் போயிருப்பார். அவர் எவ்வளவோ தைரியம் தந்தும் சங்கர் அவருடன் ஒரு 'பெக்' கூட அருந்தவில்லை.

காப்பி குடிக்கும்போதுதான் ஒரு யுக்தி தென்பட்டது. சங்கருக்கு எஸ் எம் எஸ் கொடுத்தால் என்ன? 'சித்ரா எப்படி இருக்கிறாள்/ எப்படி சமாளிக்கிறீர்கள்? நீங்கள் நலமா?' மறுபடி மொபைலை ஆன் செய்யும்போது படித்துவிட்டுக் கட்டாயம் பேசுவான். உள்ளே புரண்டு படுத்து குழந்தை தனது இருப்பை நினைவு படுத்தியது. 'மெஸேஜ்' கொடுத்ததும் மனம் லேசானதுபோல இருந்தது.

ஒரு வழியாக இரவு எட்டு மணிக்கு அவன் அழைப்பு வந்தது. சித்ரா அம்மாவுடன் கோயிலுக்குப் போயிருக்கிறாளாம். கேள்விப் பட்டதுமே மனம் மறுபடி உடைந்து போனது. குழந்தை குரலைக் கேட்பது இவ்வளவு சிக்கலான விஷயமா?

திருமணமான புதிதில் அவன் பிரதாபங்களை அளக்க அளக்க கேட்டு வியந்தது உண்டுதான். இன்று மகளின் இதயத் துடிப்பு அவனுக்குப் புரியவில்லை. அவனது அதிகாரம், அறிவாற்றல், பதவி, செயல் திறமை எல்லாம் குதிரைகளாகி ஏதோ ஒரு தேரை இழுக்கின்றன. தலை தெறிக்க ஓடுகின்றன. என்ன கேட்கிறதா? 'ம்' என்றாள், கண்களில் நீர் துளிர்க்க. 'நான் இன்று மாநாட்டில் வாசித்த கட்டுரையின் முக்கியமான பகுதியை கேள். படிக்கிறேன்...

ஒரு நகரம் அல்லது ஒரு கிராமத்தின் சுற்றுப்புறச் சூழல்; அது மலைப்புறமா இல்லை வயல்கள் நிறைந்த சமவெளியா, புஞ்சை அதிகமுள்ளதா, நஞ்சை அதிகமுள்ளதா, எத்தகைய மரங்கள் அங்கு வளரும், கால்நடை வளர்ப்பு எந்த அளவு இருக்கிறது இவை அனைத்தையும் கருத்திற்கொண்டு செயற்படுகிறோம். இதன் மறுபக்கம் பொதுவான சில கூடாதுகளைக் கொண்டது. இவை உலகப் பொதுவான சுற்றுப்புறச் சூழல் விழிப்புணர்வு

விதிகள். இவற்றைச் சட்டபூர்வமாக மட்டுமன்றி நடைமுறை யாகவும் செயற்படுத்த பிற துறைகளான மனித வளம், திட்டமிடுதல், விவசாயம், சிறுதொழில் என பல துறைகளின் ஒத்துழைப்பை சுற்றுப்புற இலாகா கோருகிறது. குறிப்பாகக் காவல் துறை; பிடிவாதமாகச் சட்டம் ஒழுங்குப் பிரச்சனைகளை உருவாக்கி தனது சுற்றுப்புற மாசு வேலைகள் பற்றிய அரசாங்க கவனத்தைத் திசை திருப்ப முயலும் கறுப்பு ஆடுகளை காவல்துறையே கட்டுப்படுத்துவது சாத்தியம்.

கடைசி வரி யாரைப் பத்தின்னு புரியுதா?'

'புரியுது. அஞ்சனா கவுல்.'

'கரெக்ட். அந்தச் சின்னப் பொண்ணு உ.பி.யில ஏதோ மலையடி வாரத்தில வாரச் சந்தையில பிளாஸ்டிக் பை விக்கிறவனுங்களை நெறிப்படுத்தி எங்க மினிஸ்ட்ரி மறுவாழ்வு தந்தா அங்கே லா அண்ட் ஆர்டர் ப்ராப்ளம் வராதுன்னு குறிப்பு அனுப்பினா எங்களுக்கு. நான் வெளிப்படையா மாநாட்டில அவ மூக்கை உடைச்சுட்டேன்.'

உத்திரப் பிரதேசத்தில் ஒரு சந்தையில் பிளாஸ்டிக் பை வியாபாரிகள் செய்த கலாட்டாவில் தடியடி எல்லாம் ஆகி சட்டம் ஒழுங்கு பிரச்சனையாக மட்டும் இதைப் பார்க்கக் கூடாது என்று அந்தப் பெண் அதிகாரி பேட்டி கொடுத்து அதன் பிறகு அதைப் பற்றியே புலம்பிக் கொண்டிருந்தான். அவனுடைய மொபைல் ஃபோன் அடிக்கும் சத்தம். 'பிறகு பேசுகிறேன்' என்று வைத்துவிட்டான்.

குழந்தை மன வருத்தப்பட்டது இருக்கட்டும். அவள் குரலைக் கேட்டாலே போதும் என்றாகிவிட்டது.

அம்மாவுடன் மாலை கோயிலுக்குப் போவதாகப் போட்ட திட்டம் இரவு எட்டரை மணிக்கு நிறைவேறியது.

அம்மனுக்கு விசேஷமான அலங்காரம். மஞ்சள் பட்டுச் சேலையும் பூக்களில் அலங்காரமும் அங்கிருந்து கிளம்பவே மனமில்லை.

காலை ஏழு மணி சுமாருக்கு வாயில் மணி. குடைக்காரர். அம்மா இவள் பக்கம் கையைக் காட்டி 'யாருன்னு தெரியுதா இது?' என்றாள்.

'சின்னம்மாவுக்குதான் என்னை அடையாளம் தெரியல' முகம் மலரச் சிரித்தார் குடைக்காரர். பணத்தை வாங்கியபடி 'நாப்பது வருஷமா இது ஒண்ணுதாம்மா செஞ்சிட்டு வரேன். எனக்கு வேறு ஏதும் தெரியாது.' அப்பா இரவு எப்போது வந்தாரோ தெரியவில்லை. காலை மணி பத்தாகிறது இன்னும் எழுந்திருக்க வில்லை. அம்மாவும் அவரும் அதிகம் பேசிக் கொண்டதாகவே தெரியவில்லை. இரவு உணவு அவள் வந்த அன்று எல்லோரும் சேர்ந்து சாப்பிட்டதுதான்.

பகல் 12 மணிபோல சித்ராவின் மழலைக்குரல் கேட்டது. 'எனக்கு புது 'பார்பி' கிடைச்சாச்சு.'

'யாரு வாங்கித் தந்தா?'

'வாங்கறதா? உன்னோட மரப்பாச்சி பொம்மைதான். உடையவே உடையாத பார்பி. நீ எங்கேயோ ஒளிச்சு வெச்சிட்டியா? பாட்டி தேடித் தந்தாங்க.' குழந்தை உற்சாகமாகப் பேசி தொலைபேசியை வைத்துவிட்டாள்.

சிறு வயதில் அவள் மரப்பாச்சி விளையாடியதில்லையே. அப்புறம் எங்கே புகுந்த வீட்டுக்குக் கொண்டுபோக? மாமியார் தன்னுடைய மரப்பாச்சி பொம்மையை இத்தனை நாள் வைத்திருந்திருக்கிறாள். அவர் ஊருக்கு வரும்போது மட்டும் திறக்கும் ஒரு மர பீரோ பூஜை அறையில் உண்டு. அதில் இருந்து எடுத்துத் தந்திருக்கலாம்.

4

தேடல்

முதலில் ஒரு சிறிய நீர்க்குமிழி. திரை முழுதும் அவை ஒன்றோடு ஒன்று மோதி அலைகின்றன. பின் மறுபடி அதே காட்சி. சிவப்பு வண்ணத்தில், பின் பச்சை, பின் மஞ்சள் என மாறிக்கொண்டே இருக்கிறது. செகந்தராபாத் கம்பெனி சரக்குகளை எந்தத் தேதி வரை என்ன விலைக்குத் தர சம்மதித்தது என்ற விவரம் கம்ப்யூட்டருக்குள் இருக்கும் இடத்தைத் தேடிக் கொண்டிருந்தேன். ஒரு நிமிடத்துக்கு மேல் மெளஸை அல்லது கீபோர்டை இயக்காவிட்டால் திரையில் நீர்க்குமிழிகள் வரும்படி செய்தது ராஜன்தான். வெகு நேரமாகத் தேடிக் கொண்டிருக்கிறேன். பொடுகும் விரட்டிக் கொண்டிருக்கிறார்.

அவருக்குப் பொடுகு என்று பட்டப் பெயர் வைத்ததே சுந்தர்ராஜன்தான். 'ஹெட் க்ளார்க்' தலைக்கு மேல் அரித்து எடுக்கும்போது பொடுகு என்னும் பட்டப் பெயர் பொருத்தம் தானே. கிட்டத்தட்ட எல்லா முக்கிய விவரங்களையும் கம்ப்யூட்டரில் அவன்தான் ஏற்றி வைத்திருந்தான். கேட்கும் போது அதை எடுத்துக் கொடுப்பான். அவனது முக்கியத்து வத்தை உதாசினம் செய்து தனது அதிகாரத்தைக் காட்டுவார் பொடுகு.

'ஸார்... சாய்...' குரல் கொடுத்தபடியே சற்றே உயரமான ஒரு சிறுவன் மேசையில் ஒரு ப்ளாஸ்டிக் குப்பியில் தேநீரை வைத்து விட்டுப் போனான். எடுத்து உறிஞ்சினேன். இது மேசைக்கு வரும்போதுதான் காலை பதினொரு மணி ஆனதே தெரியும். விரட்டு விரட்டு என்று விரட்டுவார் பொடுகு. ஒரு உறிஞ்சு உறிஞ்சி இருக்க மாட்டேன். ரப்பர் செருப்பு தேயும் ஒலியோடு வந்துவிட்டார். 'கம்ப்யூட்டர் பிரிண்ட் அவுட் எடுத்தியா?'

'நிறைய சப் டைரக்டரி இருக்கு. ராஜன் என்ன பேருல சேவ் பண்ணியிருந்தான்னு தெரியல.'

'சரி விடு. அந்த கொடேஷன் போன செப்டம்பர்ல வந்தது. செப்டம்பர் மாச கடுதாசி இருக்குமே. 9/04 ஃபைல் அதுல தேடு...' வந்த வேகத்திலேயே மேனேஜர் அறைக்குப் போய்விட்டார்.

ராஜனைப் படிய வைக்க பொடுகு மேனேஜர் அறையிலிருந்து அவனைக் கூப்பிட்டு அனுப்புவார். கட்டளை துள் பறக்கும். சில சமயம் அவன் வெளிப்படையாகப் பேசுவதை மேனேஜர் ரசித்து அவனைத் தட்டிக் கொடுத்து அனுப்புவதும் உண்டு.

மதிய உணவு இடைவேளை வரை தேடினேன். 9/04 போட்டு நான்கு ஐந்து ஃபைல்கள் இருந்தன. சொல்லி வைத்த மாதிரி செகந்தராபாத் கம்பெனிக் கடிதம் சிக்கவில்லை.

மதிய உணவை ஒரு வாய் மென்றிருக்க மாட்டேன். 'டெஸ்பாட்ச்' ஆழ்வார் சாமி வந்தார். 'தம்பி, அந்த லெட்டர் மேனேஜர் ரூம்ல அவரோட பீரோல இருக்கணும். அதெச் சொல்றதுக்கு ராஜன் ஒத்தனுக்குதான் துணிச்சல் உண்டு. குடுத்து வெச்சவன் காக்கடுதாசி கொடுத்துட்டுப் போயிட்டான்' என்றார்.

'மின்னே ஒரு தடவை அவனை தேடினாங்களே, ஞாபகம் இருக்கா?' என்றார். கோயம்புத்தூரில் பெரிய தொகை பாக்கி வைத்த ஒரு புது ஏஜென்ட் தீடீரென முகவரி இல்லாமல் காணாமற் போய்விட்டான். மூன்று லட்ச ரூபாய் நிலுவை. அந்த ஆள் 'ஆர்டர்' கொடுத்து சொற்பத் தொகை முன் பணமாகக் கொடுத்த ஒரிரு நாட்களில் ராஜன் விசாரித்துவிட்டு 'ஆள் கோயம்புத்தூருக்கே புதுசு' என்று எச்சரித்தான். நிச்சயம் அந்த ஆள் கிடைக்க மாட்டான் என்று தெரிந்ததும் ராஜனைத் தேடத் துவங்கினார்கள். ராஜனை எப்படியும் தொடர்பு கொள்ளும் பொறுப்பு என்னிடம் ஒப்படைக்கப்பட்டது. என்னிடம் இருந்த

அவனது மொபைல் எண் தற்போது உபயோகத்தில் இல்லை. நிம்மதி. இத்தோடு விட்டுவிடுவார்கள் என்று எண்ணினேன். ஆனால் பொடுகு விடுவதாக இல்லை. 'மாலதிகிட்டே கேட்டுப் பாரு' என்று கண் சிமிட்டினார்.

மதிய உணவு இடைவேளையில் தயங்கி மாலதி இருக்கைக்குப் போனேன். 'நெட்'டில் ஏதோ தமிழ் பத்திரிகை வாசித்துக் கொண்டிருந்தாள். என்னுடைய 'ஹலோ'வுக்கு அவள் கண்ணசைவில் பதில் சொன்னாள். 'வந்த விஷயத்தை நீயே சொல்லு' என்னும் ஒரு தோரணை பெண்களிடம் தென்படும். எப்படி அதைப் பிடிக்கிறார்கள்? அம்மாவிடமிருந்தா? தோழிகளிடமிருந்தா? 'ராஜனைப் பற்றி என்னிடம் ஏன் கேட்கிறாய்?' என்று எரிந்து விழுந்தால்... வாய்ப்பு அதிகமில்லை. ஏனெனில் ஒரு முறை இருவரும் அவனது இரு சக்கர வாகனத்தில் போவதை நான் பார்த்திருக்கிறேன். மதிய உணவு இடைவேளையில் இருவரும் பேசுவதை அடிக்கடி எல்லோருமே பார்த்திருக்கிறோம்.

அவளிடமிருந்து ஒரு லேண்ட் லைன் எண்தான் கிடைத்தது. அது ஒரு வீட்டு எண். வெகு நேரம் கழித்து ஒரு நடு வயதுப் பெண் குரல் கேட்டது. ராஜன் இங்கே இல்லையே என்றார். நீங்க அவரோட அக்காவா என்றதற்கு அண்ணி என்று பதில் கிடைத்தது. அந்த அம்மாள் ராஜனுடைய அண்ணனின் அலுவலக எண்ணைக் கொடுத்தார். முதல் முறை ஆப்பரேட்டர் ஒரு எக்ஸ்டென்ஷனுக்கு இணைப்பு கொடுத்தார். அறுந்து போனது. பிறகு முயல ராஜனின் அண்ணன் இருக்கையில் இல்லை. மறுபடி அவனது அண்ணிக்கே ஃபோன் செய்து மொபைல் நம்பரைக் கேட்டேன். 'நம்பர் என் மொபைல்ல இருக்கு. அதை என் பொண்ணு எடுத்துக்கிட்டு போயிருக்கு' என்றார்.

அதற்கு மேல் துரத்த என் பொறுமை இடம் கொடுக்கவில்லை. 'கிடைக்கல ஸார்' என்று கை கழுவினேன்.

இன்று அந்த அளவுகூட மெனக்கெட எண்ணமில்லை. எப்படியும் ஒப்பேற்ற வேண்டியதுதான். ராஜன் பொடுகை மட்டும் அல்ல, என்னையும் மதித்து எந்த விவரமும் சொன்னது கிடையாது. அதனால் அவன் ராஜினாமாவுக்குப் பிறகு ஓரிரு விஷயங்கள் இதுபோல் குழம்பித் தவித்தன.

மதியம் நாலு மணி வரை தேடுவதாகப் போக்குக் காட்டினேன். நான்கு மணிக்கு மேல் மேனேஜர் அறைக்குப் போன பொடுகு திரும்பி வரவேயில்லை.

அன்று மாலை பேருந்து திருவான்மியூரைத் தாண்டும்போது பஸ் ஸ்டாண்ட் எதிரில் உள்ள மதுக்கடையில் ராஜன் நுழைவதைப் பார்த்தேன். நான் கூப்பிட்டாலும் கேட்க முடியாத தூரம். வாகன இரைச்சல்.

அன்று இரவு பிடித்த மழை மறு நாள் காலை வரை நன்கு அடித்துப் பெய்தது. அலுவலகம் வர எல்லோருக்குமே தாமதமாகிவிட்டது. அன்று மேனேஜர் அலுவலகத்துக்கே வரவில்லை. பொடுகு 'உம்'மென்று இருந்தார். அலுவலகம் வர எல்லோருக்குமே தாமதமாகிவிட்டது. எனக்கு அப்படி ஒன்றும் வேலையில்லை. கம்ப்யூட்டரில் ஒவ்வொரு ஃபைலாக திறந்து பார்த்துக் கொண்டிருந்தேன். 'பயோடேட்டா' என்ற ஒரு ஃபைலில் ராஜனின் எல்லா விவரங்களும் இருந்தன. புது மொபைல் எண், முகவரி, லேண்ட் லைன் எண் எல்லாமே. நானாக எதற்கு பொடுகுவிடம் இதைச் சொல்ல வேண்டும்? அப்போதைக்கு என்னை விட்டு வைத்தவரை போதும். அடுத்து வந்த விவரங்களில் அதிக இம்சை எதுவும் இல்லை. பொடுகுக்காகவா அவன் ராஜினாமா செய்தான்? அதிகம்.

ஒரு நாள் காலை 7 மணிபோல ஒரு தொலைபேசி அழைப்பு. ராஜன்தான். அவன் உறவினர் ஒருவருக்கு இதய அறுவை சிகிச்சை என்றும் என்னை ரத்த தானம் தரச் சொல்லியும் வேண்டினான்.

●

(புது எழுத்து இலக்கிய இதழில் டிசம்பர் 2005ல் வெளியானது)

5

வாசம்

'**நீ** இன்னாத்துக்குடா நாயே எம்மவனோட கார்டை வாங்கினே...' சரோஜாவின் குரல் ஓங்கிக் கேட்டது.

'இன்னாம்மா நீ... உன் பையன் சொல்லிக்கினா அந்த சிம் கார்டு நான் வாங்கினேன்னு ஆயிருமா?' பதில் சொல்வது தன் மகன் டில்லிபாபுதான். தெரு முனை திரும்பி என்ன என்று விசாரிக்கும் வரை பொறுக்காதுபோல் தோன்றியது. பெட்டிக்கடை வழியே ஒரு இடைவெளி உண்டு. அதில் நுழைய முடியாமல் தலையை கழுத்து வலிக்க நீட்டி எட்டிப் பார்த்தாள். டில்லி பாபுவைச் சுற்றி சரோஜா, அவள் மகன் மாணிக்கம், எலெக்ட்ரீஷியன் செல்வா, டிக்கடைப் பையன் தினேஷ் இன்னும் பல தலைகள் தெரிந்தன.

'டேய்... மூவாயிரம் ரூபா டெலிஃபோன் ஆபீஸ்காரங்க வந்து ஓலை வெச்சுட்டு போயிக்கிறாங்க... எங்க செண்பகா வேலை செய்யுற ஆூட்டு அய்யிரு அத்தப் படிச்சுப் பாத்துட்டு பணம் கட்டலேன்னா கோர்ட்டு போலீஸுன்னு பேஜாராவுன்றாரு...'

'இன்னாம்மா... அத்தையே சொல்லிக்கினு... உங்க பையன் லோகு என் கிட்டே ஒரு கார்டு குத்தான்... ஆனா இருநூறு ரூபா வாங்கிக்கினுதான் குத்தான். அது கூப்பன் போடுற கார்டு.

அப்பப்போ கூப்பன் போட்டு பேசினேன். இப்போ என் கிட்டே இருக்கறது வேறே... எங்க முதலாளி குத்தது...'

'இன்னடா நாயே நூலு நூக்கறே...' சரோஜா டில்லியின் சட்டையைப் பிடிப்பதைப் பார்த்து சுசீலாவால் சகிக்க இயலவில்லை.

'ஆருடி என் பையன் சட்டையிலே கையை வெக்கிறவ?' என்றபடி சந்தைத் தாண்டி விரைந்து சுசீலா காலனிக்குள் நுழைந்தாள். ரேசன் கார்டு பற்றி சண்டை இல்லை என்று புரிந்தது. டெலிஃபோன் ஆபீஸில் என்ன கார்டு தருகிறார்கள்?

'நீ கம்முனு இரும்மா... உனக்கு இன்னா தெரியும்?' டில்லி சுசீலாவை விலக்கினான். சரோஜாவைப் பார்த்து 'சேட்டு இருநூறு ரூபா குத்து என் கைலே வாங்கினான்... அவன் கைலே போய்க் கேளு' என்றான்.

'ராத்திரி லோகு வரட்டும்டா... தேவுடியாப் பையா... உனக்கு இருக்கு...' என்றாள் சரோஜா.

'இன்னாடி சொன்னே... நீ பண்ணுட தொளிலு... உன் பையனை அனுப்பி ஆளை இட்டா...' சுசீலா சரோஜாவின் தலை முடியைப் பற்றினாள். 'இது ஏதோ சரக்கு அடிச்சிட்டி ஒளருது' என்று தன் தாய் சுசீலாவைப் பற்றி இழுத்தவாறு வீடு நோக்கி நகர்ந்தான். சரோஜாவின் வாயிலிருந்து மேலும் மேலும் வசவுகள் தாறுமாறாகத் தொடர்ந்தன.

முந்தா நாள் இரவு ட்யூட்டிக்குப் போனவன் டில்லி. திருப்பதிக்கு ஒரு குடும்பத்தை அழைத்துச் சென்றுவிட்டு இப்போதுதான் வருகிறான். அவன் கொடுத்த லட்டை ப்ளாஸ்டிக் டப்பாவில் போட்டு மூடியபடி 'சோறு கீது... மீன் கொளம்பு வாங்கியாறட்டா?' என்றாள். 'வோணாம். அந்த பார்ட்டி ஓட்டல்ல வாங்கித் தந்தாங்க...' சட்டையைக் கழற்றிவிட்டு அடிபம்புக்கு பக்கெட்டுடன் குளிக்கக் கிளம்பிவிட்டான்.

டெலிஃபோன் கார்டு பற்றி யாரிடமாவது விசாரிக்க வேண்டும். இவன் எதையும் சொல்ல மாட்டான். ஆனால் அடுத்தவளான சாந்தி அப்படியில்லை. வாக்காளர் அட்டைக்கு ஃபோட்டோ எடுக்க வருகிறார்கள் என்று விளக்கி அழைத்துப் போனாள். இவனைப்போல ஒன்பதாம் கிளாஸில் படிப்பை நிறுத்தாமல் பன்னிரண்டு கிளாஸூம் படித்தாள். அப்பா அம்மா என்ற மரியாதை தெரிந்தவள். பெருங்குடி வரை நடந்தே போய்

வருகிறாள். ஷேர் ஆட்டோவுக்கு 'அஞ்சு ரூபாய்' கொடுக்காமல் மீதம் பிடிப்பாள்.

சரோஜாவின் கெட்ட வார்த்தை வசவு தாங்க இயலாமையில் தான் கபாலி கட்சியில் சேர்ந்து வீட்டருகே கொடியை நாட்டினான் குப்பமே வயிறெரிய. லோகு தனக்கும் கட்சியில் ஒரு வேலை கிடைக்குமா என்று டில்லியிடம் கேட்டான். 'தோடா... என்னையே என் நைனா இட்டுக்கல. அவரு கொட்டி வாக்கமின்னு நெனெக்காத... ராயபுரத்திலதான் பார்ட்டி வேலை செய்யிறாரு...'

'யக்காவ்...' பக்கத்து வீட்டு மல்லிகா உலுக்கி எழுப்பும்போது வெய்யில் தாழும் நேரம். 'இன்னாக்கா ஊட்டைத் தொறந்து போட்டுக்கினு தூங்குறே?'

'இங்கே இன்னா கீது? கட்சி ஆபீஸ் போஸ்டரும் கார்டுந்தான் கீது...'

'திருவான்மியூர் கோயில்ல தேரு... வர்றியா பாத்துட்டு வரலாம்...'

'கொஞ்ச நேரத்தில சாந்தி வந்திரும். அத்தே இஸ்திக்கினு வாரேன்...'

மதியம் படுக்கும்போதே வயிற்றை சுருக்கென வலித்தது. இப்போது கொக்கி போட்டு இழுப்பதுபோல வலிக்கிறது. நாளை காலை முதல் வேலையாக கார்ப்பொரேஷன் ஆஸ்பத்திரிக்குப் போக வேண்டும். வேலைக்குப் போக ஆரம்பிக்கும் முன்பு சாந்தி நடக்கும் தூரமோ ஷேர் ஆட்டோ தூரமோ ஏதேனும் டாக்டர் இருபது ரூபாய்க்குள் வாங்குகிற 'பொம்பள டாக்டர்' இடம் அழைத்துச் செல்வாள். துணி தைக்கிற ஃபாக்டரி வேலை வந்ததும் காலையில் போனால் இருட்டுவதற்குள் வேகு வேகு என ஓடி வந்து சேரவே சரியாக இருக்கிறது. அவள் வந்ததும் டீ வாங்கி வரச் சொல்ல வேண்டும்.

வயிற்று வலி சொடுக்கி சொடுக்கி இழுத்தது. சாந்திக்கு முன் பிறந்த ஒன்று வயிற்றில் தங்காமல் கலைந்து போனது. மாதா மாதம் என்றே ஒரு கணக்கு இல்லாமல் உதிரப் போக்கு. வயிற்று வலியும் அவ்வப்போது சுருக் சுருக்கென்று கொல்லுகிறது. சாந்தி பெரிய ஆஸ்பத்திரிக்கோ ராயப்பேட்டைக்கோ அழைத்துப் போவதாகச் சொல்லி இருக்கிறாள்.

இருட்டிவிட்டது. எழுந்து மின் விளக்கை எரியச் செய்தாள். மணி என்ன இருக்கும்? வாசல் நிலைப்படியில் அமர்ந்து கொண்டாள். சாந்தி வந்தால் பசி பசி என்று பறப்பாள். எழுந்து சோறாக்க வேண்டும். எழுந்தால் இன்னும் வலிக்குமோ என பயமாக இருந்தது. பேப்பர் போடுகிற ராஜா கண்ணில் பட்டான். 'டேய்... மணி இன்னாடா?'

'ஏழரை' வண்டியில் விரைந்தான்.

மணி ஏழரை ஆகிவிட்டதா? என்ன ஆனாலும் சாந்தி இருட்டிய பிறகு வேலை முடித்து வர மாட்டாள்.

என்ன ஆகியிருக்கும்? நடந்துதானே வருகிறாள்? ஏனோ மீன் கூடையோடு அன்று ஒரு நாள் கிழக்குக் கடற்கரைச் சாலையில் பிணமாகக் கிடந்த பெண் நினைவுக்கு வந்தாள். அவளும் நடந்துதான் போய்க் கொண்டிருந்தவள்.

எப்படியும் சாந்தி வந்துவிடுவாள். கூட வந்தவள் எவளாவது கடைவீதி, தேரு என்று இழுத்துப் போயிருப்பாள்.

தேக்ஸாவில் அரிசியைக் கழுவி அடுப்பில் சோறு வைத்தாள். டில்லி காஸ் வாங்கித் தந்ததில், சீக்கிரமே கொதிக்க ஆரம்பித்தது. மறுபடி வாயிற்படியில் அமர்ந்து கொண்டாள்.

சினிமாப் பாட்டுச் சத்தம் பெரிதாகக் கேட்டது. ஹவுஸிங் போர்டு பக்கம் தேர்தல் கூட்டமாக இருக்க வேண்டும். ராயபுரத்தில் செய்கிற வேலையை கபாலி இங்கே செய்யக் கூடாதா? நாட்கணக்கில் வீட்டையே எட்டிப் பார்க்காமல் இருப்பதை விட அவ்வப்போது வந்து போகலாமே?

சோறு வெந்துவிட்டது. கதவை மூடிவிட்டு வெளியே நடந்தாள். வலி அதிகமாகிக்கொண்டே இருந்தது. மாட வீதியை நெருங்க நெருங்க நடைபாதைக் கடைக்காரர்கள் கூவி விற்கும் சத்தம் நெருங்கி வந்தது. இடுப்பிலிருந்த சுருக்குப் பையைத் திறந்து காசு எடுத்து ஒரு கடையில் டீ சாப்பிட்டாள். டீக்கடை கடிகாரத்தில் மணி எட்டரையானது தெரிந்தது.

திரும்பி வீட்டை நெருங்க நெருங்க கால் துவண்டது. வீடு பூட்டியே இருந்தது. சாந்தி இன்னும் வரவில்லை. பாயை விரித்துப் படுத்தாள்.

சாந்தியுடன் வேலை பார்க்கிறவர்களில் இருவர் இந்த வீட்டுக்கு வந்து போயிருக்கிறார்கள். ஒருத்தி நீலாங்கரை. இன்னொருத்தி கேளம்பாக்கம். ஒருவர் டெலிஃபோன் நம்பரோ அட்ரஸோ தெரியாது. இதுபோல் அவள் தாமதமாக வந்ததுமில்லை. குப்பத்தில் இது பெரிய ரகளை ஆகிவிடுமே... என்ன சொல்லி சமாளிக்கலாம்? டில்லியை ஃபோன் பண்ணி வரச் சொல்லலாமா? வலி வெட்டி வெட்டி இழுத்தது. எவ்வளவு நேரம் தூங்கி இருப்பாள்? பின்னிரவில் புரண்டு படுத்தபோது சாந்தி அருகில் இருந்தாள். அவள் தலையிலிருந்து மல்லிகைப்பூ வாசனையாய்.

●

(கணையாழி ஜூலை 2006ல் வெளியானது)

6

சிரிப்பு

'இதப் பாருடா...' என் தோளில் தட்டினான் என் தம்பி. பிரெட் கடை சாலையின் மறுபக்கம் இருந்தது. இன்றைக்கு பத்தாம் நாள். டெல்லியிலிருந்து காஸியாபாத் இரண்டு மணி நேரமாவது ஆகும் என்றார் அப்பா, எங்களையெல்லாம் ஸ்டேஷனில் தமிழ்நாடு எக்ஸ்பிரஸிலிருந்து அழைத்து வரும்போதே.

'உடனே பாரேன்' என்னை அவசரப்படுத்தும் அவன் குரலில் அடக்க முடியாத சிரிப்பு கலந்திருந்தது. சாலையில் விரைந்து கொண்டிருக்கும் வாகனங்களிலிருந்து கவனத்தைத் திருப்பி அவன் காட்டிய இடத்தில் ஒரு பார்க். சுற்றிலும் மரங்கள். இடையே புல்வெளி. அதன் குறுக்கும் நெடுக்குமாக ஒற்றையடி கிரானைட் தடம். நிறைய சிறுவர்கள் குழுக்களாகக் கிரிக்கெட் விளையாடிக் கொண்டிருந்தார்கள். 'விளையாடறாங்க... இதுல என்ன இருக்கு?' என்றேன். 'அந்த புளூ-ரெட் கோடு போட்ட டி ஷர்ட் பையனைப் பாரு' என்றான். அந்தப் பையன் பத்து வயதுபோல தெரிந்தான். அவனுக்கு மூன்று வயதுப் பையன் ஒருவன் கசங்கிய முழுக்கைச் சட்டை மட்டும் போட்டு அரை நிர்வாணமாய் பெளலிங் போட்டுக் கொண்டிருந்தான்.

என் தம்பிக்காக 90% செயற்கையாக ஒரு சிரிப்பை உதிர்த்தேன். இன்று காலை இந்தியா கேட் தாண்டி வரும்போது நான்கு சாலை சந்திக்கும் இடத்தில் 'கத்திப்பாரா' சந்திப்பின் முக்கால் திட்டத்துக்கு ஒரு பூங்கா இருந்தது. அந்த மாதிரி சந்திப்பை என் அப்பா 'கோல் சக்கர்' என்கிறார். அந்தப் பூங்காவில் பேட்டிங் செய்கிற வயதுப் பையன் அவனை விட சற்றே சிறிதான ஒரு பெண்ணை மல்லாக்கக் கிடத்தி மேலே கவிந்து கொள்ள முயல அவளும் சுற்றியுள்ள அழுக்கு ஆடைக் குழந்தைகளும் சிரித்துக் கொண்டிருந்தார்கள். எனக்கும் சிரிப்பு வந்தது. தம்பிக்கும் காட்டலாம் என நினைத்தேன். அம்மா எனக்கு மீசை முளைத்ததிலிருந்தே நான் என்ன பேசினாலும் செய்தாலும் உன்னிப்பாக கவனித்து அதில் பாதிக்கு மேற்பட்டதைத் தப்பு என்கிறாள். டிவியையைக்கூட நிம்மதியாகப் பார்க்க விடமாட்டேன் என்கிறாள்.

காலை மணி பத்து. டெல்லி வெய்யில் சுள்ளென்று குத்தியது. பால்கனியிலிருந்து அப்பா அடையாளம் காட்டுமளவு கிட்ட இருந்துமே ரொட்டி வாங்கி வருவது இந்த வெய்யிலில் சிரமமான காரியமாய் தோன்றியது. அம்மா சொன்னதிலிருந்து நான் புரிந்துகொண்டது காலியாபாத் போய் அங்கேயே குளித்து படையல் முடிந்து பிறகு சாப்பிட வேண்டும். சிறியவருக்கு பிரெட், அப்பாவும் அம்மாவும் இன்னொரு காப்பி குடித்துக் கொள்வார்களாக இருக்கும்.

அப்பாவின் க்வார்ட்டர்ஸில் 'பார்க்கிங் லாட்' விஸ்தாரமா யிருந்தது. ஒரு க்வாலிஸ் காரை நெருங்கும்போது தமிழில் பேச்சுக் குரல் கேட்டது. காரைத் துடைத்துக் கொண்டிருந்த முண்டா பனியன் போட்ட ஒருவர் தன் மகனை காரின் மீது ஏறக் கூடாது என்று விரட்டிக் கொண்டிருந்தார். எல்லாக் கார்களின் மீதுமே நிறைய புழுதி படிந்திருந்தது. ஒரு முன் பக்கக் கண்ணாடி மீது அப்பியிருந்த புழுதியில் யாரோ ஒருவன் பூஜா என்கிற பெண் மீது தனக்குள்ள காதலை வெளிப்படுத்தி இருந்தான். எனக்கு அது வியப்பு தருவதாக இருந்தது. ஒரு வேளை அவளுக்குப் புரிகிற மாதிரி செல்லமான அல்லது குறிப்பான பெயரை வைத்து எழுதி இருப்பானோ?

பார்க்கிங்கைத் தாண்டி குடியிருப்பின் கீழ் தளத்தில் நுழைய ஒரு பக்கமாக நிறுத்தி வைக்கப்பட்டிருந்த இரு சக்கர வாகனங்களில் உரசாமல் எதிர் வருகிறவர்களுக்கும் வழி விட்டு நடந்து வருவது

மிகவும் சிரமமாயிருந்தது. லிஃப்ட்டில் வருவதில் தம்பிக்கு சந்தோஷம். நாங்கள் இருவரும் ஏறியதும் ஒரு பையன் நவீன சைக்கிளுடன் உள்ளே நுழைந்தான். அதன் முன் சக்கரத்தை ஒருக்களித்து அவனும் லிஃப்டுக்குள் நுழைய வசதியாக நானும் தம்பியும் மூலைக்குத் தள்ளப்பட்டோம். நல்லவேளை அவன் மூன்றாவது மாடியிலேயே இறங்கிவிட்டான். அவன் ஐந்தாவது மாடியில் இறங்கி இருந்தால் நானும் தம்பியும் திரும்பி வரும் வழியில்தான் நான்காம் மாடியில் இறங்கி இருக்க முடியும்.

வீட்டில் நுழையும்போது 'நான் என்னடி பண்ணட்டும்? என் பாஸ் என்னை விட மாட்டேங்கறாரு. கூட வேலை பாக்குற தமிளனுங்க எனக்கு டிரான்ஸ்ஃபர் கிடைக்காததைப் பத்தி விதவிதமா ஜோக் சொல்லி சிரிக்கறாங்கன்னா நீ ஒரேயடியா நான் இங்கே என்ஜாய் பண்ணுற மாதிரி பேசறியே? பொங்கித் திங்கறதில உள்ள கஷ்டம் எனக்குதானே தெரியும்.'

'ஏன்? உங்க அண்ணன் வீட்டுக்கு போனீங்களே என்னாச்சு? இப்ப செத்து தெய்வமாயிட்டாரே உங்க அப்பா, அவுருக்கே சரியா சோறு போடல அந்தப் புண்ணியவதி. அதான் இங்க தனியா பொங்குறீங்க...'

நாங்கள் நுழைந்ததும் பேச்சு தடைபட்டது. டெலிஃபோனில் சிரித்துப் பேசும் அப்பா அம்மா டெல்லியிலோ, சென்னையிலோ நேரில் பார்த்தாலே ஒரே சண்டை. சிரிப்பை அடக்கிக் கொண்டேன்.

காஸியாபாத்துக்கு அப்பா பஸ்ஸில்தான் கூட்டிப் போனார். பஸ்ஸின் மேற் கைப்பிடியைப் பிடித்தபடி வந்த ஒருத்தியின் டீ ஷர்ட் சற்றே விலகி வெள்ளை வெளேரென அவள் இடுப்பையும் தொப்புளையும் காட்டியது. அம்மா தூங்கிவிட்டாள். நிம்மதியாக ரசிக்க முடிந்தது. என் அருகில் இருந்தவன் ஒரு ஸ்டாப்பில் இறங்க அவள் என் அருகிலேயே அமர்ந்துவிட்டாள். பர்ஃப்யூம் வாசனை கிறங்க அடித்தது. உரசியபடி அவள் உட்கார்ந்து செல்ஃபோனில் பேச ஆரம்பித்துவிட்டாள். எனக்கு சந்தோஷமாகவும் கூச்சமாகவும் இருந்தது. அடிக்கடி 'க்ளுக்' என்று சிரித்தபடி வெகு நேரம் பேசினாள். 'போஸ்ட் பெய்ட்' கனெக்ஷனாகதான் இருக்கவேண்டும்.

காஸியாபாத் பஸ் ஸ்டாண்டு பெரியப்பா வீட்டில் இருந்து மிகவும் தள்ளி இருந்தது. நாங்கள் போனவுடன் அப்பா

அம்மாவைக் குளிக்கச் சொல்லி பெரியப்பா அவசரப் படுத்தினார். என் தம்பி கார்ட்டூன் நெட் ஒர்க்கில் உட்கார்ந்து விட்டான். ஹாலில் காரியம் நடக்க அறைக்குள் டிவி வந்து விட்டது அவனுக்கு வசதியாயிருந்தது. நானும் பெரியப்பா பையனும் கம்ப்யூட்டரில் கார் ரேஸ் விளையாடினோம். தாத்தா படத்துக்கு முன்னால் நிறைய பழங்கள், பலகாரங்கள் எல்லாம் வைத்திருந்தார்கள். எதிரில் பெரிய வாழை இலைகளில் காரியம் செய்து வைத்த ஐயர்கள் சாப்பிட்டார்கள். சாப்பிட்டு முடித்து கையைத் துடைத்துக் கொண்டவர் ஒருவரிடம் பெரியப்பா ஒரு தொகையைத் தட்டில் வைத்து நீட்டினார். 'தோ பாருங்கோ ஸார்... ஒரு மந்திரமும் தெரியாதவன் எத்தனையோ பேர் முனீர்கால சுத்திண்டிருக்கான். அவனையும் என்னையும் ஒண்ணா நெனெச்சிப்பிடாதேள். உங்களுக்கு சௌகரியப் படலேன்னா பணத்தை நீங்களே வெச்சுக்கோங்கோ... மிச்ச காரியத்துக்கு வேற யாரையானும் ஃபிக்ஸ் பண்ணிக் கோங்கோ...' என்று பிகு பண்ணினார். பெரியப்பா மேலும் இரண்டு ஐநூறு ரூபாய் நோட்டுக்களை வைத்ததும் அவர் தலையசைத்தபடி சிரித்த முகத்துடன் மற்றவர்களுடன் கிளம்பினார். நான் டெல்லிக்கு வந்தபின் பார்த்த முதல் டிவிஎஸ் 50 அவருடையது.

'மாடியில காக்கா சாப்பிட்டிடுச்சான்னு பாருடா' அம்மா விரட்டினாள். முதலில் இலை நிறைய சோறும் பதார்த்தமும் வைத்து அப்பாவும் பெரியப்பாவும் 'கா... கா... கா...' என்று கத்தியபோது என் பெரியப்பா பையன் காதோடு காதாக 'இவங்க மொட்டை மண்டை வெய்யிலில பளபளன்னு டாலடிச்சா காக்கா பயந்து ஓடாது?' என்றது நினைவுக்கு வந்து சிரித்து விட்டேன். அம்மா காதை அழுத்தியே திருக மாடிக்கு விரைந்தேன். அடுத்த இரண்டு நாளும் அம்மா அடுக்களை- தூக்கம் என ஓட்டம். அப்பா ஆஃபீஸ், நான் கம்யூட்டரில், தம்பி டிவி முன். ஆனால் காஸியாபாத்தில் இருந்த மூன்று இரவும் பெரியப்பா பையன் ஹோலியின்போது அக்கம் பக்க வயசுப் பெண்களிடம் பையன்கள் செய்யும் சேஷ்டையில் ஆரம்பித்து, எஸ் எம் எஸ்ஸில் எப்படி லவ் மெசேஜ் தருகிறார்கள், மற்றும் களாஸுக்குக் கட் அடித்துவிட்டு எந்தப் பூங்காங்களுக்குப் போய் அதிகபட்சம் என்னென்ன செய்வார்கள் என்று விளக்க அடக்க முடியாத சிரிப்பை அடக்கியபடி இரவு வெகு நேரம் பேசிக் கொண்டிருப்போம்.

ஒரு நாள் விடியற்காலை அம்மா என்னை எழுப்ப, போதாக் குறைக்கு ஐயர்கள் மந்திரம் ஓதும் சத்தமும் கேட்டது. ஸ்வீட், காரம், புதுத்துணி, நல்ல சாப்பாடு எல்லாம் கிடைத்தன. காலை பதினொரு மணிக்குள் டெல்லியில் அப்பாவின் க்வார்ட்டர்ஸுக்கு வந்துவிட்டோம். உடனே அப்பா ஆஃபீஸ் போய்விட்டார். வீட்டுக்கு வந்ததும் அம்மா புள்ளி வைத்துக் கோலம் போட்டு விளக்கை ஏற்றினாள். ஐந்து நிமிடத்திற்குள் வாயில் மணி அடித்தது. வீட்டு வேலை செய்கிற பெண் ஒருத்தி கறுப்பாய் ஒல்லியாய் கழுத்தில் மஞ்சள் கயிறுடன் 'ஐயா யாரையும் வேலைக்கி வெக்க மாட்டேன்னாரே, கோலம் போட்டிருக்கே...' என்றதும், அம்மா அவளிடம் எல்லா வற்றையும் விளக்கி விரட்டி அடித்தாள். மாலையில் நடந்த வற்றைக் கேட்டதும் அப்பா விழுந்து விழுந்து சிரித்தார். அம்மா சிரிக்கவில்லை.

7

வெளவால்

முதல் மாடி பால்கனியிலிருந்து மெயின் கேட் மங்கலாகத் தெரிந்தது. அதிகாலையில் நடைப் பயிற்சி செய்பவர்கள், பால் வாங்குபவர்கள் உதிரியாக வெளியே போய்க் கொண்டி ருந்தார்கள். டெல்லியின் அக்டோபர் மாதத்து வருடலான குளிருடன் வீசிக்கொண்டிருந்த காற்றை ரசிக்க முடியவில்லை.

வயிறு தொடர்ந்து விடியப் போகிறது என்று நினைவுபடுத்திக் கொண்டிருந்தது. அதை மறக்க பால்கனிக்கு உள்ளேயே மெதுவாக நடந்தாள். ஒரு 'ஹாங்கர்' உள்ளாடைகள் மற்றும் அவற்றைப் பிணைத்த 'க்ளிப்' சகிதம் கீழே விழுந்தது. பூ வேலை செய்த, மிருதுவான வெளிநாட்டு 'ப்ராண்ட்' உள்ளாடை கள் இரண்டு நாளாகத் தொங்கிக் கொண்டிருக்கின்றன. அம்மா பழக்கியதாலோ என்னவோ இப்படி உள்ளாடைகளை பால்கனியில் காயப் போடவே தன்னால் முடியாது. இந்த அளவு அதில் பணம் போடவும்தான்.

அதை இருந்த இடத்தில் மாட்டி வைத்தாள். இங்கே வந்து இது இரண்டாவது வாரம். முதல் வாரம் இதுபோல் கண்ணில் தென்பட்டதை அதற்குரிய இடத்தில் வைத்து ஒற்றை அறை,

ஹால், சமையலறை, அத்தனையையும் ஒழுங்குபடுத்தியபடி தான் இருந்தாள். இனி அது தேவையில்லை. தனக்கென ஒரு கட்டில் வாங்கியாகிவிட்டது. அதற்குக் கீழே பெட்டியை வைத்துத் தனித்துக் கொண்டாகிவிட்டது.

அம்மா கொடுத்தனுப்பிய சத்து மாவுக் கஞ்சி காலையில், மதியம் ஆபீஸ் கான்டீன், இரவில் தயிர் சாதம், ஆம்லேட், பிரெட் என ஒப்பேற்றியாகிறது.

வயிறு தொடர்ந்து பிடிவாதம் பிடித்தது. தைரியம் அனைத்தை யும் ஒன்று கூட்டி பாத்ரூம் கதவைத் திறந்து எட்டிப் பார்த்தாள். 'வெஸ்டர்ன் க்ளோஸட்'டின் மேற்பக்கம் மட்டும்தான் தெரிந்தது. ஒரு கையால் பாத்ரூம் நிலையைப் பிடித்தபடி ஒரு எட்டு எடுத்து வைத்து க்ளோஸட்டின் உட்பக்கம் பள்ளத்தைப் பார்த்தாள். வெளவால் ஒரு பனிப்பாறைபோல தலையை நீட்டிக்கொண்டுதான் இருந்தது. க்ளோஸட்டின் உட்புறம் மீது ஓட்ட முயன்று மற்றுமொரு முறை வழுக்கியது. நனைந்த சிறகுகளை விரிக்க முயன்று ஈரம் தாங்காது தோற்று ஆனால் உயிரை விடாது போராடிக் கொண்டிருந்தது.

கழிவு நீர் வெளியேறும் குழாய்கள் தென்படாதவாறு ஒரு கட்டடத் திட்டம். அறுகோணமாய் அமைந்த வளாகத்தின் இரண்டு குடியிருப்பு சந்திக்கும் இடமும் அறுகோணத்தில் ஒரு முனையும் ஒன்றே. 'சிமெண்ட் க்ரில்' வைத்து கழிவு நீர்க் குழாய்களை மறைத்திருந்தார்கள். அரையிருட்டும் நான்கு மாடி வரை உட்குழிவான குழாய் தவிர்த்த வெற்றிடம் வெளவாலுக்கு வசதியாய் இருந்தது. அதே சிமெண்ட் க்ரில் கழிப்பறை மற்றும் குளியலறை மூலையில் சாளரமாயும் அமைய வெளவால் இரவு இருளில் உள்ளே நுழைந்திருக்க வேண்டும்.

விடியற்காலை பாத்ரூம் விளக்கைப் போட்டதும் வீல் என்று அலறிவிட்டாள். இன்னும் கொஞ்சம் பலமாகக் கத்தியிருந்தால் காலனியிலுள்ள அக்கம்பக்கத்தவர் எழுந்து வந்திருப்பார்கள். ஹாலுக்கு வந்து கட்டிலில் விழுந்தாள். வியர்வை அடங்க, இதயத் துடிப்பு சீர்பட அரை மணி ஆனது. 'சிபிடபள்யூடி'யின் சர்வீஸ் செண்டர் திறக்க காலை மணி பத்தாகும். ஏதேனும் செய்தே ஆகவேண்டும். கழிப்பிடக் குழாயைத் தவிர்த்து குளியல் குழாயில் ஒரு வாளித் தண்ணீர் பிடித்துத் தள்ளி நின்றபடி பலத்தைத் திரட்டித் தண்ணீரை க்ளோஸட்டின் மீது ஊற்றினாள்.

வெளவால் தண்ணீரில் மிதந்து மேலெழும்பி வந்து சுவாசித்துப் போராடி தலையை நீட்டித் தத்தளித்துக் கொண்டிருந்தது. என்ன செய்ய?

தன்னையுமறியாமல் வீட்டுக்கு மொபைலில் ஃபோன் செய்தாள். பிரபாகர் மொபைலை ஆஃப் செய்திருந்தான். குழந்தை ஸ்கூலுக்குப் போகும் நாட்களிலேயே அவன் தன் வசதிப்படி தான் எழுந்திருப்பான். நவராத்திரி லீவு இப்போது. இவனும் பையனும் இரவு 'ஏாக்ஸென்' அல்லது 'ஈாஸ்பிளன்' பார்த்து விட்டு வெகு நேரம் கழித்துத் தூங்கப் போயிருக்கலாம். டெல்லி வந்துமே ஒரு 'ப்ரீ பெய்ட்' கனெக்ஷன் எடுத்தாள். பெரிதும் இவள்தான் சென்னைக்கு ஃபோன் செய்கிறாள். ஒரே ஒரு முறை பிரபாகர் ஃபோன் செய்து 'எலெக்ட்ரிஸிடி கார்ட்' எங்கே என்று கேட்டான்.

லேப்டாப்பை எடுத்து ப்ராஜக்ட்டில் கவனத்தைத் திருப்பினால் என்ன? ஒப்பந்தம் செய்த கம்பெனியிடம் அவர்கள் கேட்டதை ஓட்டியும் நீட்டியும் வேறு மென்பொருள் என்னென்ன தேவைப்படும் என ஒரு தூண்டில் போடச் சொல்லியிருந்தான் பவன் குமார். இயந்திரம் களை கட்டியபோது நேற்று கிளம்பிய அவசரத்தில் அலுவலக 'சர்வர்' கணிப்பொறியிலிருந்து லேப்டாப்புக்கு அப்டேட் செய்யாமல் விட்டது நினைவுக்கு வந்தது. இனி அலுவலகம் போய்தான் எதுவும் செய்ய முடியும்.

நேற்று மாலை கிளம்பும்போது 'எங்கே போக வேண்டும்?' என்றான் பவன் குமார். 'முனிர்காவில் ஒரு மடக்குக் கட்டில் வாங்க' என்றாள்.

'நான் உடன் வரவா?' திட்டவட்டமாக மறுத்ததும் கை குலுக்கிக் கிளம்பிவிட்டான். டெல்லியில் கை குலுக்குவதும் தட்டிக் கொடுப்பதும் சகஜம்தான். ஆனால் அவன் நெருங்க முயலும் பிற கணங்கள் இந்த செய்கைகளில் அவளுக்கு அச்சம் தந்தன. ஆள் உஷாரானவன். இன்னும் காத்திருக்கத் தயார் என்பதுபோல் ஒதுங்குவான். நிறைய டெலிஃபோன் அழைப்புகள் வருகின்றன. காத்திருப்பது பழக்கமானதாகவும் பயனுள்ளதாகவும் இருக்கலாம்.

இரண்டு நாள் முன்னால் அலுவலகத்திலிருந்து வீட்டுக்கு வந்தபோது அறையில் தனதென்று ஒதுக்கிய கட்டில் மற்றதுடன் சேர்ந்து விரிப்புகள் கசங்கி இருந்தபோது அருவருப்பு குமட்டி மேலெழுந்தது.

காலி செய்யலாம் என்று கண நேரம் தோன்றியது. அரை மணி நேர தூரத்தில் ஆபீஸ். ப்ராஜக்ட் முடியும் வரை சகித்தால் திரும்பி சென்னை போய்விடலாம்.

அரசாங்க ஊழியர் என்று குடியிருப்பு கிடைத்ததில் பெருமிதமா? இல்லை நான் குடியிருக்க வந்தவள் என்பதால் இளப்பமா? கொஞ்சமாவது நாசூக்கு வேண்டாமா? வாரக் கடைசியில் வெளியே தங்குவது போதாது என்று வீட்டுக்குள்ளேயே பகலில்! திட்டவட்டமான எதிர்ப்பைக் காட்டாவிட்டால் தான் வீட்டில் இருக்கும்போதே அது நிகழலாம்.

முனிர்காவில் மடக்குக் கட்டில் சல்லிசாகக் கிடைக்கும் என்று கேட்டறிந்தாள். ஒரு பெரிய ப்ளைவுட் ஆறடி இருக்கக் கூடியதை இரண்டாக வெட்டி நாடாக் கட்டிலில் வருவதுபோல, மடக்கக்கூடிய வளைந்த இரும்புக் குழாய் கால்கள். அறுநூறு என்று ஆரம்பித்து நானூற்று ஐம்பதுக்கு விலை படிந்தது. மூணு சக்கர தட்டு வண்டிக்காரன் இரவுக்குள் கொண்டுவர முப்பது ரூபாய் கேட்டான். வயதானவன். பதினொரு மணிக்கு மேல் வந்தவன் அதை ஹாலில் மூலையில் பிரித்துப் போட்டு மெத்தையை அறையிலிருந்து மாற்றிக் கொடுத்தான். இரண்டு மாடி எப்படிதான் தூக்கினானோ? இரவு பத்து மணிக்கு மேல் லிஃப்ட் கிடையாது.

நன்றாக வெளுக்க ஆரம்பித்துவிட்டது. பறவைகளின் கதம்பமான ஒலிகள் டெல்லியில் மரம் நிறைய என்பதைச் சுட்டுவதுபோல அடர்த்தியான சத்தமான பறவைச் சீழ்க்கைகள்.

'சொத்' என்று வந்து விழுந்தது செய்தித்தாள். ஒரு உருட்டுக் கட்டைபோல சுருட்டி ரப்பர்பேண்ட் போட்டு மூன்று மாடி நான்கு மாடி வரை பால்கனியில் விழுகிற மாதிரி குறி வைத்து எறிகிறார்கள். அனேகமாகக் குறி தப்பாது.

வயிற்று சங்கடம் ஒரு வலியாக நின்று விரட்டுவதைக் குறைத்திருந்தது. ஆபீஸ் பஸ் வர இன்னும் ஒரு மணி நேரம்தான் இருக்கிறது. அதுவரை எப்படியாவது சமாளிக்கலாம். ஆனால் ஆபீஸில் நுழைந்தவுடன் ஒரு நிமிட அவகாசம் கிடைப்பது அரிது.

கீழே நடைபாதை தளத்தில் யாரோ நகர்வது தெரிந்தது. நேற்று கட்டில் கொண்டுவந்த ஆள். தள்ளு வண்டியை ஓட்டாமல்

தள்ளியபடி அவளது மாடிப்படி பக்கத்திலிருந்து மெயின் கேட் நோக்கி நகர்கிறான். நியூஸ் பேப்பரை கட்டோடு அவன் பக்கம் வீசினாள். அவனுக்கு முன்பே அது விழுந்தாலும் அவன் கவனத்தை ஈர்த்தது. 'ஒரு நிமிடம் மேலே வா' என்று சைகை செய்தாள். அவன் கதவைத் தட்டி உள்ளே வந்ததும் ஹிந்தியில் எதையும் முயற்சிக்காமல் நேரே பாத்ரூமுக்கு அழைத்துப் போனாள். ஓடி வந்து ஹாலில் அமர்ந்தாள். அவன் கைப்பிடியில் அது வீச் வீச் என கத்தியபடி இருக்க அவன் அதனுடன் வெளியேறினான். எதாவது பணம் தரலாம் என எண்ணியபோது இரண்டு மூன்று நிமிடமாகியும் ஆளைக் காணவில்லை. பால்கனியிலிருந்து பார்த்தபோது தன் வண்டியோடு நகர்ந்து கொண்டிருந்தான்.

முதல் காரியமாக நிறையத் தண்ணீரை ஊற்றினாள். பயன்படுத்தி நிம்மதியாக வெளியே வந்ததும் சென்னைக்கு ஃபோன் செய்யலாமா என்று எண்ணினாள். நேரமின்மையை மனதில் கொண்டு அதைக் கை விட்டாள்.

வெந்நீர் தயாராவதற்குள் கஞ்சி கொதித்து முடிந்தது.

சோப் வைக்கும் இடத்தில் தினமும் எரிச்சலூட்டும் அந்தப் புதிய சோப் டப்பா கண்ணில் பட்டது. ஆண்கள் பயன்படுத்தும் சோப். முழு கட்டி மீது முடிகள் அழுந்தி ஒட்டியிருந்தன.

அதை எடுத்து ஒரு முறை முகர்ந்து, இருந்த இடத்தில் வைத்து விட்டுத் தனது சோப்பில் குளிக்கத் துவங்கினாள்.

8

பார்வை

அடையாரின் பிரசித்தி பெற்ற உணவகங்களுள் ஒன்று அது. எனது நான்கு சக்கர வாகனத்தை, அனுமதிக்கப்பட்ட இடங்களுள் ஒன்றைக் கண்டுபிடித்து நிறுத்திவிட்டு வருவதற்கு இருபது நிமிடங்கள் ஆகி இருந்தது. உணவகத்தில் நான் நுழைந்த போது வாயில் வரை காத்திருப்போர் வரிசை நீண்டிருந்தது. ஒரு கணம் உள்ளே நுழையாமல் திரும்பிவிடலாம்போல இருந்தது. வாரக் கடைசியை ஆசுவாசமாகக் கழிக்க, போட்டி போட்டு, நம் இருக்கையின் பின்னே, கிரிக்கெட்டின் கடைசி விக்கெட்டைப் பிடிக்க, பேட்ஸ் மேனைச் சுற்றி நான்கு பேர்போல நிற்பவர் நடுவே உண்டு முடிப்பது இம்சை. இதை முன்னமே என் மனைவியிடம் (சத்தமாகச்) சொல்லியிருக்கிறேன். இன்று குழந்தைகள் வெளியே சாப்பிடலாம் என்றதும் அவள் நடுநிலை வகித்துவிட்டாள்.

என் (பெண்) குழந்தைகள் இருவருக்குமே ஏதேனும் ஒரு சிறு நோய் அல்லது விபத்து ஏற்பட்டுக் கொண்டிருந்தது. சமீபத்தில் சுமார் ஆறு மாதமாக சகஜ நிலைக்குத் திரும்பிக் கொண்டிருந்தது. அவர்களின் சிறப்புகள் பலவற்றைப் பட்டியலிட்டதோடு யார்

யார் திருஷ்டி பட்டிருக்க வாய்ப்பிருந்தது என மனைவியும் மாமியாரும் யூகித்திருந்தனர். பல முறை திருஷ்டி கழித்த பின் அது சம்பந்தமான அங்கலாய்ப்புகளும் நின்றிருந்தன. ஆனால் இதே காலகட்டத்தில் என் குழந்தைகள் உடைகள், வெளியே உணவு என்னும் நடுத்தர வர்க்கத்து குறைந்தபட்ச ஆடம்பரங்களில் பிடிவாதமாக ஈடுபட ஆரம்பித்தனர். அவர்களால் அணிய முடியாதபடி சிறிதான உடைகளையும் அவர்கள் விட மனமின்றி அலமாரி வழிய வழிய வைத்திருக்கிறார்கள்.

கீழ்த்தளத்தில் உள்ள பகுதியில் என் குடும்பத்தினரைக் காணவில்லை. படிகளிலும் நின்றிருந்தவர்களிடம் செயற்கை யான மன்னிப்புக் கோரி முதல் தளத்தை அடைந்தேன். நான்கு நாற்காலிகளால் சூழப்பட்டிருந்த ஒரு மேசையில் நான்காவதாக ஒருவர் தன் பணியில் ஒன்றியிருந்தார். அவர் எதிரே இருந்து என் மனைவி 'நீங்கள் வரலாம்' என்று சிறியவளை எழுப்பி சைகை செய்தாள். வேண்டாம் என்று பதில் சைகை செய்து படியேறி திரும்பியதும் படிக்கட்டை ஒட்டி சாய்ந்தபடி நின்றேன்.

சீருடை அணிந்த பரிசகர்கள் சுறுசுறுப்பாயிருந்தனர். உணவு அட்டவணையை என் குடும்பம் பரிசீலித்துக் கொண்டிருந்தது. சுவரில் அந்த உணவகத்தின் சென்னைக் கிளைகளின் புகைப் படங்கள் சட்டமிட்டுத் தொங்கின. 'மகிழ்ச்சி மனிதன்' என்று வயிறு பெருத்து அமர்ந்த நிலையில் உள்ள தலை வழுக்கையான உருவத்தின் பொம்மை. பல இடங்களில் மண் நிறத்தில் பார்த்திருக்கிறேன். இந்தத் தளத்தில் ஒரு பெரிய கருமை வடிவ இரண்டடி உயர பொம்மையாய் ஒரு மூலையில் அமர்ந்திருந்தது. திருஷ்டி வராமலிருக்கதான் வைத்திருக்க வேண்டும்.

விலையுயர்ந்த நறுமணத்துடன் ஒரு இளம் பெண் உயர்ரக பருத்திச் சேலையில் என்னைக் கடந்து சென்றாள். தோளுக்குச் சற்று கீழ் வரை தலைமுடி, புடவை அணிவதில் வருத்தப்பட ஏதுமில்லை என்பதுபோல அமரும்போது அதிக சலனமின்றி புடவைத் தலைப்பு தரையில் படாமல் அமர்ந்தாள். நீளமான முகம். அளவில் குறைந்த பொட்டு. அளவான உதட்டுச் சாயமும் முக அலங்காரமும். அவள் கணவன் செல்ஃபோனில் ஆழ்ந்த உரையாடலில் இருந்தான்.

இன்று காலை பதினொரு மணியளவில் நான் சந்தித்த பெண்மணி நினைவுக்கு வந்தார். நடு வயது. அவர் உடையலங்காரத்தில் ஓர் உடல் மொழியே பொதிந்திருந்தது.

டெல்லியிலிருந்து வந்த கிருஷ்ணமூர்த்தி என்பவரை நான் மீனம்பாக்கத்தில் காலை பத்து மணிக்கு வரவேற்றேன். என்னுடைய நிறுவனத்துக்கு அவர் அதிகாரியாய் பணியாற்றும் அமைச்சகம் மிகவும் வேண்டியது. எங்கள் நிர்வாகம் எங்கள் பணியாட்களில் ஒருவர் பெயரில் அவருக்கு செல்ஃபோன் கொடுத்திருந்தது. அதிலும் கூட ஒவ்வொரு முறையும் ஒவ்வொரு இடத்திலிருந்து பேசுவார். யார் பெயரையாவது குறிப்பிட்டு 'அவர் உடல் நலம் தேவலாம். இன்னும் ஒரு வாரத்தில் டிஸ்சார்ஜ் ஆகி விடுவார்' என்பார். இதன் சமாசாரம் எங்களுக்குப் புரியும். ஒரு முறை 'கிரகணம் விலகி நிலவு பார்வையில் வந்துவிட்டது. எனவே வெளிச்சம் தென்படும்' என்று எஸ் எம் எஸ் கொடுத்தார்.

நான் அவரை இன்றுதான் முதன் முதலாக சந்தித்தேன். மீசை, தலை முடி இரண்டுமே சாயக் கருமையுடன் நேர்த்தியான உடையில் இருந்தார். பூங்கொத்தை வாங்கிக் கை குலுக்கியவர் பெட்டியைத் தானே எடுத்து வர விரும்பினார். எங்கள் கெஸ்ட் ஹவுஸ் நுங்கம்பாக்கத்தில் இருந்தது. செல்ஃபோனில் பேசிய பின் 'எஸ்.ஐ.ஏ.டி பஸ் ஸ்டாப்பில ஒருத்தரை பிக் அப் பண்ணிக்கலாமா?' என்றார். சாலையில் கவனத்துடன் ஓகே என்றபடி தலையசைத்தேன்.

நந்தனத்தில் என் காரில் ஏறியவர்தான் அந்த நீள முகமான பெண்மணி. அவர் சென்னையில் இதே அமைச்சகத்தில் பணி புரிபவர். அவருக்கு வெளி நாட்டுப் பயணம் கிடைக்கத் தான் எடுத்து வரும் முயற்சியைப் பற்றியும், வட நாட்டு மந்திரியுடன் தனது நம்பிக்கைக்குரிய அலுவல் பிணைப்பு பற்றியும் விவரித்தபடி வந்தார் கிருஷ்ணமூர்த்தி. கெஸ்ட் ஹவுஸில் விட்டதும் எனக்கு ஃபோன் செய்வதாகக் கூறி என் எண்ணைத் தன் செல்ஃபோன் நினைவில் ஏற்றி அந்த அம்மாளுடன் உள்ளே சென்றார். இறங்கும் போதும் என் கண்களைச் சந்திக்காமல் விடைபெறாமல் அந்த அம்மாள் உள்ளே சென்றார். அவருடைய முகத்தில் அவரை அலுவலகத்தில் சந்திக்கும்போது தென்படும்

கண்டிப்பு தென்படவில்லை. ஒரு உறுதியும் முனைப்பும் தென்பட்டன. உணவகத்தில் இப்போது நான் பார்க்கும் இந்த இளம் பெண் வசதியும் எளிமையும் நன்னம்பிக்கையும் பொதிந்தவளாய் இருக்கிறாள்.

ஒரு பணியாளர் என் தோளில் தட்டினார். என் கடைக்குட்டி அப்பா என்று அழைப்பதும் கேட்டது. எனக்கான இடம் காலியாகியிருந்தது. என் மனைவியின் முகத்தில் ஆழ்ந்த பார்வையும் ஈரமில்லாத புன்னகையும். என் கவனம் அவள் கவனத்தில் பட்டிருக்கலாம்.

நாங்கள் இருவரும் மெளனமாக சாப்பிட்டோம். குழந்தைகள் உற்சாகமிழந்தனர். உணவு முடிந்து, வண்டியை நான் எடுத்து வந்ததும் குழந்தைகளைப் பின் இருக்கைக்கு அனுப்பி என் அருகே அமர்ந்தாள் மனையாள். ஏதேனும் சொல்ல ஆரம்பிப்பாளோ என்னவோ... 'டாடி, இது என்ன கிஃப்ட்?' என்று குரல் கொடுத்தாள் மூத்தவள். பின் பக்கத்தின் இருக்கைக்கு மேற்பக்கம் வண்ணக் காகிதம் சுற்றிய பரிசுப் பெட்டி. அது கிருஷ்ண மூர்த்தியை கெஸ்ட் ஹவுஸில் அவரது அறையில் அமர்த்தியவுடன் தரச் சொல்லி என் மேலாளர் கொடுத்தது. இப்போது என்ன செய்ய? நல்லவேளை. அவரது மொபைல் எண் என்னிடம் இருந்தது. உடனே டயல் செய்தேன். வண்டி ஓட்டும்போது இது தவறு என்றாள் என் மனைவி ஆங்கிலத்தில். கிருஷ்ணமூர்த்தியிடம் என் மறதியைக் குறிப்பிடாமல் 'தங்களை சந்திக்க வேண்டும்' என்றேன். அபிராமபுரத்தில் ஒரு திருமண மண்டபத்தின் பெயரைச் சொன்னார். நல்லவேளை அருகாமையில்தான். குடும்பத்தை வீட்டில் விட்டு விரைந்தேன்.

ஒரு அதிர்ஷ்டம். மண்டப வாயிலில் என் வண்டிக்கு நிறுத்த இடம் கிடைத்தது. வாயில் நுழைவில் விளக்குத் தோரண அலங்காரத்துடன் வளைவு. அதைத் தாண்டியதும் ஆறடி உயர பனிக்கட்டியில் செதுக்கிய பிள்ளையார். தும்பிக்கை, முகம் இரண்டும் இறுக்கம் இழந்து ஒளி ஊடுருவும் அளவு பனிக்கட்டி உருகி இருந்தது. காதுகள் ஏற்கெனவே உருகி இருக்கவேண்டும்.

காதைப் பிளக்கும் சினிமா இசையில் இரண்டு மூன்று பேரிடம் நான் தேடி வந்தவர் பற்றி விசாரிப்பது எளிதாக இல்லை.

நாற்காலிகள் வரிசை குலைந்து நடக்கத் தடை செய்தன. வட்டமாகப் பேசியபடி நிற்கும் மூன்று நான்கு குழுக்களைத் தாண்டி சாப்பாட்டுக் கூடத்தை அடைந்தேன். பம்ºபே வரிசையில் கோட்-சூட் அணிந்த கிருஷ்ணமூர்த்தி தென்பட்டார். வெளியே காத்திருக்க முடிவு செய்து வரவேற்பு ஹாலுக்கு வந்தேன். யாரோ ஒரு குளிர்பானக் கோப்பையை என் கையில் தந்துவிட்டுப் போனார். பருவப் பெண்கள் அதிகமாக நடமாடுவதாகவும் சிரிப்பதாகவும் தோன்றியது. நான் நின்ற இடத்தின் அருகே பரங்கிக்காயில் வருக என்ற சோளக் கொல்லை பொம்மைபோல உருவம். அதன் உடைகள் முட்டைக்கோஸ் தோல், பீட்ரூட் துண்டுகள் மற்றும் ரோஜா இதழ்களில். பக்கத்து மேசையில் வெற்றிலை, பாக்கு, பெருஞ்சீரகம், வாசனைப் பாக்கு இத்யாதி.

வயதான ஒருவருடன் பேசியபடி வந்தார் கிருஷ்ணமூர்த்தி. 'ரிலேடிவ்ஸ் எல்லாம் இங்கே. நான் டெல்லியிலே. மனசுல அடிக்கடி தோணும் ரிடையர் ஆன பின்னாடி இங்கே வரணுமின்னு.' இருவரும் என்னை கவனிக்காமல் கடந்து சென்றனர்.

மெதுவாக அவர் அருகே சென்று கவனத்தை ஈர்த்தேன். உடனே என் கையைப் பற்றி மண்டபத்துக்கு வெளியே இட்டு வந்தார். என் மறதிக்கு மன்னிப்புக் கேட்டு வண்ணப் பொட்டலத்தை நீட்டினேன். 'இது தவிர்த்திருக்கப்பட வேண்டியது' என்றார். 'நிர்வாகத்திடம் சொல்லி திருப்பிவிடுகிறேன்' என்று பதிலளித்தேன். 'நோ நோ உன் நிர்வாகம் நான் பெற்றுக் கொண்டதாகவே எண்ணட்டும். என் பரிசாக நீ இதை வைத்துக் கொள். யாருக்கும் இது தெரியவேண்டிய அவசியமில்லை' என்று தோளில் தட்டிவிட்டுப் போனார்.

தெருவில் இறங்கும் முன் என்னையுமறியாமல் திரும்பிப் பார்த்தேன். பனிக்கட்டியிலிருந்து விநாயகர் நீங்கி ஒரு மைல் கல்போல தோற்றமளித்தது பனிக்கட்டி.

பொட்டலத்தை என் மனைவி கவனமாகப் பிரித்தபோது கண்ணாடியில் செய்த ஒரு யானை. அதன் மீது பாகன். பாகனின் பச்சை முண்டாசு, சட்டை, யானை மீது ஜரிகை வேலைப்பாடு செய்த தங்க நிறத் துணி தவிர ஏனைய பகுதிகள் வழியே

ஊடுருவிப் பின்புலம் தெரிந்தது. யானைப் பாகன் கையில் அங்குசம் வெள்ளியில் மின்னியது. என் மனைவி முகத்தில் மகிழ்ச்சி. 'க்ரிஸ்டல் பீஸ். ஷோ கேஸ்ல வெச்சா பார்வையா இருக்கும்' என்றாள்.

●

(நடவு இலக்கிய இதழ் மார்ச் 2005ல் வெளியானது)

9

ரொம்ப கனம்

சீனியர் அட்வகேட் ராமசாமியின் வீட்டில் ஒசையில்லாத ஒரு பரபரப்பு நிலவியது. எட்டாம் வகுப்புப் படிக்கும் அவரது மகள் சுமதி கிளம்பியபோது இதைவிட அதிகப் பரபரப்பும், குழந்தை போட்ட கொஞ்சம் சத்தமும் இருந்தன. அது ஒன்பது மணிக்கு அவள் காரில் பள்ளிக்குக் கிளம்பியபோது. இப்போது மணி ஒன்பதரை. கார் எந்த நேரமும் திரும்பி வரலாம்.

செண்பகவல்லி தனது இரண்டாவது தவணைச் சமையலில் பரபரப்பாக இருந்தாள். முதல் தவணையில் பாப்பா சுமதிக்குக் காலையில் பருப்பு சாதமும் உருளைக்கிழங்குப் பொறியலும் தான். ஆனால் அவள் எழுந்ததே தாமதமாக. சாப்பிட வைப்பதற்குள் பெரும்பாடு. அதனால் இரண்டாவது தவணையில் நேரம் குறைவு வேலை அதிகம். எண்ணெயில்லாமல் உப்புக் குறைவாய் அவருக்கு சமைக்க வேண்டும். அவர் கிளம்புவதற்கு முன்புதான் சாப்பிட வருவார். கிளம்பும் நேரம் அவர் கையில் இல்லை. புதுக் கட்சிக்காரர் வந்தாலோ அல்லது பழைய வழக்கே முடியும் தறுவாயில் இருந்தாலோ அவருக்கும் கட்சிக்காரருக்கும் காபி கேட்டு குமாஸ்தா 'அம்மா' என்று ஹாலில் இருந்தே குரல் கொடுப்பார்.

ராயப்பேட்டையின் குறுகலான ஒரு வீதி அது. அட்வகேட் ராமசாமி வீட்டின் அகலமும் குறுகலானதே. நீளம் மட்டுமே அதிகமான அந்தக் காலத்துக் கட்டடம். வீட்டின் முன்புறம் மையமான சிமெண்ட் நடை. அதன் ஒரு புறம் கார் ஷெட்டாக இருந்தது இப்போது அலுவலகமாகி இருக்கிறது. மறுபுறம் சிமெண்ட் துளசி மாடம். மூலையில் மோட்டார் ரூம். அதன் பிறகு வீட்டின் நுழைவில் ஒரு சிமெண்ட் திண்ணை. பக்கத்தில் உள்ள இடத்தில் ஊஞ்சல். அதை அடுத்து ஹால்.

ஹாலில் நின்றபடியே குமாஸ்தா ஆழ்வார் 'அம்மா... மோட்டாரா ஆஃப் பண்ணுங்க. தண்ணி நிரம்பி வழியுது' என்று அது செண்பகவல்லிக்குக் கேட்டதா இல்லையா என்று பொருட் படுத்தாமல் திரும்பி, அலுவலக அறையில் மீண்டும் நுழைந்தார். அவர் அரசுப் பணியில் இருந்து ஓய்வு பெற்றவர். என்னதான் எஜமானியாக இருந்தாலும் தன்னைவிட வயதில் இளைய பெண் தான் ஒரு விஷயம் சொல்லும்போது அதை கவனிக்காமல் இருப்பது அவருக்குப் பிடிக்காது. சிறிது நேரம் கழித்து ராமசாமியே எழுந்து 'ஏய் செண்பகம்... மோட்டார் போட்டா ஆஃப் பண்ணமாட்டே?' என்றபடி தானே சமையல் அறையில் நுழைந்து மோட்டாரை நிறுத்துவார்.

சுமதியை பள்ளிக்கூடத்தில் விடுவதற்காகச் சென்ற கார் இன்னும் திரும்பி வரவில்லை. ராமசாமி தன் கட்சிக்காரருக்கு 'சிவில் கேஸ் - கிரிமினல் கேஸ்' நடைமுறைகளில் உள்ள வேறுபாடு களை விளக்கிக் கொண்டிருந்தார்.

ஆழ்வாரின் ஃபோன் வந்தபோது டிரைவர் மூர்த்தி கோபால புரத்தில் ஒரு தள்ளு வண்டியில் விற்கும் பொங்கல்-வடை சாப்பிட்டுக் கொண்டிருந்தான். சுமதியைப் பள்ளிக்கூடத்தில் விட்டுவிட்டு வரும் வழியில் இந்தத் தள்ளு வண்டிக்காரரிடம் பொங்கல் வடை சாப்பிடுவது வழக்கமாகவே ஆகி இருந்தது. பொங்கல் தீர்ந்துவிடும் அளவு விற்றால், மூர்த்திக்கு என்றே கடைக்காரர் பொங்கல் வடையை எடுத்து வைத்துவிடுவார். அவரது பொங்கல் சாம்பார் சட்டினி வடை எல்லாமே ருசியாக இருந்தன. பெரிய அளவு உஷ்ணம் காக்கும் வட்டவடிவப் பெட்டி ஒன்றில் வைத்து, அவர் பொங்கலை சூடாகவும் தருவார்.

மூர்த்தி ஃபோனை எடுக்காமல் விட்டான். அதற்குள் இரண்டு மூன்று பேர் தனது கைபேசிதான் மணி ஒலிக்கிறதோ என்று சரிபார்த்துக் கொண்டார்கள். மூர்த்தி மற்றுமொரு மெதுவடை

வாங்கிச் சாப்பிட்டான். காலியான தட்டின் மீது இருந்த பிளாஸ்டிக் தாளை எடுத்துக் குப்பைத் தொட்டியில் போட்டான். தட்டை அவரது தள்ளு வண்டிக்குக் கீழே வைத்தான். பிளாஸ்டிக் குடத்தின் மீது ஒரு எவர்சில்வர் மூடி. அதன் மீது ஒரு டம்ளர் வைக்கப்பட்டிருந்தது. இடது கையால் அந்தத் தட்டை எடுத்து தள்ளு வண்டியின் காலி இடத்தில் வைத்துவிட்டு டம்ளரால் தண்ணீர் எடுத்து, பாதித் தண்ணீரில் கை கழுவினான். மீதித் தண்ணீரைக் குடித்துவிட்டு சிறியதாக ஒரு ஏப்பம் விட்டான்.

மறுபடி ஃபோன் அடித்தது. ஆழ்வார்தான். 'என்னப்பா ஃபோனை எடுக்கலே?'

'சாப்பிட்டுக்கிட்டு இருக்கேன்.'

'சீக்கிரம் வா. ஸார் கிளம்ப நேரமாச்சு.'

'ஓகே.'

மூர்த்தி தன் இருக்கையைப் பின்னுக்குத் தள்ளும் பொத்தானை அழுத்தி சாய்ந்துகொண்டான். ஆழ்வாரின் தொலைபேசி அழைப்பு வராவிட்டால் அவன் கண்டிப்பாக இந்நேரம் வண்டியை எடுத்திருப்பான். பள்ளியில் சுமதியை இறக்கி விடுவது எளிதானதல்ல. பல கார்கள், நிறைய இரு சக்கர வாகனங்கள் ஒரே சமயத்தில் குழந்தைகளை இறக்கி விடுகின்றன. எனவே வண்டியை நகர்த்தித் தெரு முனைக்குக் கொண்டு வருவதற்குப் பதினைந்து நிமிடத்துக்கு மேல் ஆகிறது. பசி வயிற்றைக் கிள்ளிவிடுகிறது. பத்து மணிக்கு முன்னால் ராமசாமி கிளம்புவதில்லை. அவர் கிளம்புவதற்கு மிகவும் முன்னால் வீட்டுக்குள் போனால் அவர் மனைவி செண்பகம் எதையாவது வாங்கிவரச் சொல்லி ஏவிக்கொண்டே இருப்பாள்.

சேகரின் மொபைல் எண்ணை முயன்றான். இணைப்பாக வில்லை. காத்திருந்தான். மறுபடி முயன்றான். லைன் பிஸி. வண்டியை இயக்கி நகர்த்தினான். மொபைல் ஒலித்தது. சேகர்தான்.

'அலோ... சேகரு, என்ன நீ நேத்திக்கி வர்றேனிட்டு ஆளையே காணோம்?'

'காலையிலேயே கிளம்பி ஊருக்கு போயிட்டேன்.'

'என்னா சொல்றே? படையலு முடிஞ்சப்புறம் என்னை பாக்க வர்றேன்ன? என்னாச்சி?'

''படையலுக்கே நான் இருக்கலப்பா.'

'ஊருலேருந்து எதாச்சும் கூப்புட்டாங்களா? அம்மா எப்புடி இருக்கறாங்க?'

'அம்மா நல்லாதான் இருக்கறாங்க. ரயில்ல படையலுக்காக அண்ணன் ஊட்டுக்கு வந்தவங்க இன்னும் அங்கேதான் இருக்கறாங்க.'

'அப்பறம் ஏன் படையலுக்கே இல்லாம ஊருக்கு போனே?'

'எங்க அண்ணன் இண்டிகா வாங்கி ஒட்ட தேவையில்ல. ஊருல இப்பம் ஒட்டுற மாதிரி டெம்போவை மாச சம்பளத்துக்கு ஒட்டுறதுதான் நல்லதுன்னுட்டாரு.'

'அதனால?'

'அவருக்கும் எனக்கும் வார்த்தை தடிச்சி, நான் குளிக்கக்கூட இல்லே, அப்படியே கிளம்பிட்டேன்.'

'அவரு மாச சம்பளக்காரரு. அவருக்கு எப்படி நாம வண்டி வாங்கி ஒட்டி கடனை அடைக்கப் போறோம்ங்கறது புரியும்... நீ எதுக்கு அவருகிட்டே சொன்னே?'

'அம்மாதான் சொல்லிட்டாங்க.'

'உனக்கும் அவருக்கும் வாக்குவாதமின்னா அம்மா அதை தடுக்கலயா?'

'பொதுவா சண்டை போடாதீங்கன்னு சொன்னாங்க.'

'சரி. நேரா நீ என் ரூமுக்கு வந்திருக்க வேண்டியதுதானே...'

'அடிக்கடி அவரு என் விஷயத்துல தலையிடறாரு மூர்த்தி. படையல்ல நடந்த அவமானமே மனசை அழுத்திக்கிட்டு இருக்கு. எங்கேயும் போகப் பிடிக்கல.'

'என்னா சேகரு நீ பொம்பளப் புள்ளையாட்டம்... இண்டிகா 2008 மாடல் ஒன்றை லட்சத்துக்கு கிடைக்கறது அதிசயம். நான் 50000 எப்படியும் புரட்டிடுவேன். நீயும் நானும் மாசம் 4000 அடைச்சா

போதும். நாலே வருஷத்துல வண்டி நம்பளுது. அதுக்குள்ளே இன்னொரு வண்டியும் ரெடியாயிடும்...'

'இந்த வாரம் வேண்டாம் மூர்த்தி. வாரக் கடைசியிலே அம்மா வந்திருவாங்க. அவுங்க கிட்டே ஒரு வார்த்தை சொல்லிட்டு அடுத்த வாரம் ஃபைனல் பண்ணிடலாம்.'

'அது மொட்டும் வண்டி இருக்கணுமே...'

'வேற வழியில்ல மூர்த்தி. மைண்ட் அப்செட்டா இருக்கு.'

இதற்குள்ளேயே பல முறை உள் வரும் அழைப்பின் ஒலி. சரி என்று இணைப்பைத் துண்டித்தான். ஆழ்வாரேதான். பத்து முறை அழைத்திருந்தார்.

வண்டியை வெளியே நிறுத்தி ஆழ்வாருக்கு 'மிஸ்ட் கால்' அடித்துவிட்டு காரை ஓட்டியே நின்றான். அரை மணி நேரம் கழித்துதான் ராமசாமி அட்வகேட்டுக்கு உண்டான சீருடையுடன் வெளியே வந்தார். ராமசாமி மூர்த்தியிடம் அதிகம் பேசவே மாட்டார். அநேகமாக மொபைல் ஃபோனில் ஜூனியர் களிடமோ அல்லது கட்சிக்காரரிடமோ பேசியபடியே வருவார்.

ஹைகோர்ட் வளாகத்தில் காத்திருந்தபோது மூர்த்திக்கு இண்டிகா வண்டி கையை விட்டுப் போய்விடும் என்ற கவலை அதிகரித்தது. அதை உறுதி செய்வதுபோல புரோக்கர் இவன் அழைப்புகளை எடுக்கவே இல்லை. மதியம் ராமசாமி மொபைலில் அழைத்து சுமதியின் பள்ளி அரை நாள் விடுமுறை, உடன் சென்று வீட்டில் விட்டுவிடச் சொன்னார்.

பள்ளியில் சுமதி வாயிலிலேயே நின்றிருந்தாள். வீட்டை அடைந்ததும் சுமதியை வழக்கமாக இறக்கி அவள் பையையும் எடுத்துக்கொண்டு உள்ளே சென்றுவிடுபவன்தான் மூர்த்தி. 'பையை நீயே எடுத்துக்கோ பாப்பா... காரை அர்ஜென்ட்டா மெக்கானிக்குகிட்டே காட்டணும்' என்று அவளைப் பையுடன் இறக்கி விட்டு புரோக்கர் இருக்கும் திசையில் வண்டியைச் செலுத்தினான்.

அம்மா அம்மா என்று கத்தி சுமதி ஆர்ப்பாட்டம் செய்ய செண்பகம் வந்து பையைத் தூக்கினாள். மூச்சு வாங்கியது அவளுக்கு அதனுடன் நடப்பது. மிகவும் கனம்.

10

கருவி

என் தங்கையின் திருமணம் முடிந்த சில நாட்களில் ஒரு நாள் முடி வெட்டிக் கொள்வதற்காகக் காத்திருந்தபோது ராஜநாயகம் என் அருகில் வந்து அமர்ந்தார். ஆமா, அந்தப் பந்தல் தங்கவேலு, உங்க உறவுக்காரரா?'' என்றார்.

''இல்லை. என்னுடன் படித்தவர்''

''பல பெரிய ஆளுங்க தொடர்பு அவருக்கு உண்டு. எல்லாக் கட்சிக்காரங்களுக்குமே அவரு வேண்டப் பட்டவங்களாச்சே.''

''நட்பு முறையில்தான் அவருக்கு அழைப்பு அனுப்பியிருந்தேன்.''

''அவரோட பேருக்கு மின்னாடி பந்தல் என்கிற பேரு எப்பவும் சேந்து பந்தல் தங்கவேலுன்னு தான் சொல்வாங்க. பெரிய மாநாடுகள், பொதுக்கூட்டம் எல்லாம் ஏற்பாடு ஆகும் போது அவர் அனேகமா அங்கே இருப்பாரு'' என்றபடி தங்கவேலு புராணத்தை அளந்தார்.

தங்கவேலு பெயர் அடிபட்டதும் எனக்கு ஒரு சிக்கலான பிரச்சனை நினைவுக்கு வந்தது.

நான் குடியிருந்த வீட்டுக்காரர் என்னைக் காலி செய்யும்படி அவசரப்படுத்திக்கொண்டே இருந்தார். சென்னையில் வீடோ திருமணமோ தரகர் அன்றி ஒரு அணுவும் அசையாது. என் மனைவியோ தெரிந்தவர் மூலம் தேடலாம் என்று பரிந்துரை செய்தாள்.

எதிர்பார்த்தபடியே என் மனைவியின் பரிந்துரை வேலைக்கு ஆகாமல் மேலும் சிக்கலாய், குறைந்த காலக் கெடு உள்ளதாய் பிரச்சனை என் தலையில்தான் வந்து விடிந்தது. 'ட்ராவல்ஸ்' வைத்து நடத்தும் என் பிழைப்பே முக்கால்வாசி நாட்களைச் சாப்பிட்டது.

இந்த நிலையில்தான் தங்கவேலுவும் அவனது மனைவியும், நான் சில நாட்கள் முன்பு எதிரும் புதிருமாய் சந்தித்தபோது விடுத்திருந்த அழைப்பை ஏற்று, என் வீட்டுக்கு ஒரு நாள் விஜயம் செய்தனர். அவர்களால் மிகவும் கவரப்பட்ட என் மனைவி அவர்களது உதவியைக் கேட்டாள்.

அதற்கு முன்பு நான் தங்கவேலுவிடம் தொலைபேசியில் பேசியது உண்டு. ஆனால் சென்ற வாரம் முழுதும் பலமுறை அவனைத் தொடர்புகொள்ள முயன்றும் இயலவில்லை. அடுத்த முறை அவன் ஃபோனை எடுத்தாலே நீ முயற்சி செய்தது போதும் எனச் சொல்ல இருந்தேன்.

முடி திருத்திக்கொண்டு வெளியே வந்ததும் என் மொபைலில் இருந்து அவனது எண்ணை இணைத்தேன். அவன் அழைப்பை ஏற்கவே இல்லை.

வீட்டுக்கு வந்து குளியலறையில் நுழையும் முன்பே என் மனைவி 'உங்க ஃப்ரண்டு கிட்டே பேசினீங்களா?' என்று தொடங்கினாள். அவளுக்கு என்ன பதில் சொல்ல... எனக்கும் தெரியும் இரண்டுமாதமாக வாடகை வாங்க மறுத்து வீட்டுச் சொந்தக்காரர் முன்பணத்தில் கழித்துக்கொண்டு இருந்தார்.

நான் தாம்பரத்தில் மட்டுமே வீடு தேடுவதற்கு ஒரு காரணம் இருந்தது. நான் வைத்திருக்கும் ட்ராவல்ஸ் அந்த இடத்தில் தொடர்ந்து பயன்படுத்தும் சில ரெகுலர் கஸ்டமர்ஸைக் கொண்டிருந்தது. வேறு இடம் போனால் தாம்பரம் வந்து போகும் நேரம் என் தொழிலை மிகவும் பாதிக்கும்.

அன்று ஞாயிறு என்பதால் தெரு முனையில் தென்படும் தரகர்கள் அலைந்து திரிந்தவாறு இருப்பார்கள். என் வண்டிகள் எல்லாமே வாடகைக்கு வெளியே போயும் இருந்தன. அதனால் சற்றே நேரம் ஒதுக்கி வீடு வேட்டையை முடிக்க நினைத்தேன். முடிந்தால் அவளையும் அழைத்துப் போய் காட்டிவிட்டு எதேனும் ஒரு வீட்டைப் பிடித்து முன் பணமும் கொடுத்துவிடலாம்.

எங்கள் தெருவிலேயே ஒரு பெரிய அடுக்குமாடிக் குடியிருப்பு இருந்தது. பல குடியிருப்புகளின் செக்யூரிட்டி அல்லது வாட்ச்மேன் இதில் உற்சாகமாக ஈடுபட்டு வந்தார்கள். இன்று அந்தக் குடியிருப்பில் இருந்து துவங்கி ஒரு சுற்று போய் வர முடிவெடுத்தேன். என் மனைவியோ மட்டனுக்கு மசாலா அரைப்பதில் வெகு நேரம் ஆக்கிக் கொண்டிருந்தாள். எனவே தனியே கிளம்பினேன்.

20, 25 குடியிருப்புகள் உள்ள அந்த வளாக வாட்ச் மேன் 'ஒரு சிங்கிள் பெட்ரூம் ஃப்ளாட் இருக்கிறது' என்றார். ஐந்தாயிரம் ரூபாய் வாடகை. ஐம்பதாயிரம் அட்வான்ஸ். 'வீட்டை பாக்கலாமா?' என்றேன். உடனே அவர் தம் கையிலிருந்த மொபைல் ஃபோனை எடுத்து சில பொத்தான்களை அழுத்தினார். வீட்டின் ஹால், ஒற்றைப் படுக்கையறை , இரு குளியலறைகள் மற்றும் சமையலறையின் படம் மொபைலின் திரையில் விரிந்தன. இப்படிப் படம் காட்டினால் என் மனைவி ஏற்க மாட்டாள். 'உள்ளே போயி பாக்க முடியாதா?' என்றேன். 'இப்போ உங்க மாதிரியே இன்னும் ரெண்டு பேரு வர்றேன்னிருக்காங்க. ஒரு அவர் பொறுத்து வாங்க. உள்ளே இட்டுக்கினு போயி காட்டுறேன். ஓனர் கிட்டே நீங்க ஒரு நாள் ஃபிக்ஸ் பண்ணிக்கங்க. அவரு வருவாரு. அது வரை கமிஷனா ஒரு ஆயிரம் ரூபா தரணும். பிறகு ஃபிக்ஸ் பண்ணிட்டீங்கன்னா அரை மாச வாடகையை கமிஷனா தரணும்.' 'கொஞ்சம் அதிகமா கேக்கறீங்க' என்றேன். 'போ ஸார்... அவனவன் ஒரு மாசத்து வாடகைக்கி மேலவே கமிஷனு வாங்குறான்' என்றார். 'சரி. இன்னும் ஒரு மணி நேரத்தில வீட்ல அவங்களோட வர்றேன்' என்றேன். 'உடனே ஃபிக்ஸ் பண்ணுங்க ஸார். சாயங்காலத்துக்குள்ளே எப்பிடியும் ஃபிக்ஸ் ஆயிடும்' என்றார்.

வீடு திரும்பும்போது என் வளாக வாயிலில் தங்கவேலுவின் கார் நின்றிருந்தது. நியுமராலஜிக்காக அவன் 3333 என்ற எண்ணை வைத்திருந்ததும் அது ஃபோர்டு ஐகான் என்பதும் என் நினைவில்

இருந்ததால் நான் உடனே அந்த வண்டியை அடையாளம் கண்டுவிட்டேன். தங்கவேலு என் மனையாளிடம் மீண்டும் நம்பிக்கை அளித்திருப்பான். ஏனோ அந்த செக்யூரிட்டி தமது மொபைலை உபயோகித்த லாகவம் மனதில் தோன்றி மறைந்தது.

நான் வீட்டில் நுழைந்த உடனேயே 'உனக்கு வீடு பார்ப்பது என் பொறுப்பு. நம்பு' என்றான். புன்னகைத்தேன். காபி அருந்திய பின் அவன் வேண்டுகோளுக்கிணங்கி அவனுடன் கிளம்பினேன். என் மனைவியும் சேர்ந்துகொண்டாள்.

தாம்பரம் பேருந்து நிலையம் தாண்டி வலது பக்கத்தில் ஒரு குடியிருப்பில் எங்கள் வண்டி நின்றது. 'ஒரு கட்சி மீட்டிங் விஷயம்... என்கிட்டே வேலை செய்யிற பையன் புதுசு. என்னான்னு ஒரு நிமிஷம் பாத்துட்டு போயிடலாம்' என்றான். அவன் நிறுத்திய இடம் ஒரு அரசு பள்ளி மைதானம். அந்த மைதானத்தில் மூன்று லாரிகள் நிறைய ஆட்கள் ஆண்களும் பெண்களுமாய் இருந்தார்கள். தமிழ்நாடு போலவே தெரியவில்லை. ஒரு இளைஞன் ஓடி வந்தான். 'மொத்தம் அஞ்சு லாரி ஆச்சே? இன்னும் ஏன் கிளம்பல? நீ ஏன் ஃபோன்ல முழு விவரம் சொல்லாம உடனே வாங்க அப்பிடிங்கற.' இரண்டு கேள்விகளை அடுத்தடுத்து எய்து தங்கவேலு முந்திக் கொண்டான். 'அவனுக ஏதோ இந்தியில பேசுறாங்க. நான் அந்த காரணத்தை உங்க கிட்டே ஃபோன்ல சொன்னேனே...' இளைஞன் பதிலளித்தான். 'ஒரு ஆளை இட்டா. சாரு கிட்டே பேசச் சொல்லு' என்றான் தங்கவேலு. 'ஒரு கட்சி மீட்டிங்குக்காக இந்த ஆளுங்களை பிடிச்சுக்கிட்டு வந்தேன். என்னா விவரமின்னு கேளு' என்றான் தங்கவேலு என்னைப் பார்த்து. ஓரளவு சிவப்பாய் பரட்டைத்தலையுடன் குர்த்தா பைஜாமா உடையில் வெற்றிலைக் கறை படிந்த வாயுடன் இரண்டு நடு வயது ஆண்கள் வந்து கும்பிட்டு என்னிடம் பேசினர்.

'அவங்க கட்டட தொழிலாளி. அவங்களுடைய கடப்பாரை, மண்வெட்டி, பாண்டு எல்லாத்தையும் வேற லாரியிலே ஏத்திட்டாங்களாம். அது காணோமென்னு பதட்டப்படறாங்க' என்று மொழிபெயர்த்தேன்.

●

சிறுகதை (மே 2011 சங்கு இதழில் வெளியானது)

II

பழைய துணி

சுருதி பிசகிய நாதஸ்வரம்போல் அந்தக் குழந்தை அழுதது. அழ ஆரம்பித்து வெகு நேரம் ஆகி இருக்க வேண்டும். மொபைலில் நான் பேசி முடித்ததும் என் கவனத்தை ஈர்த்தது. நேற்றே வரவேற்பு முடிந்துவிட்டது. திருமண மண்டபத்தில் எங்களைப் போன்ற நெருங்கிய சொந்தங்களே எஞ்சி இருந்தோம். 'இன்னும் பத்து நிமிடத்தில் கிளம்பலாங்க' என்ற சுமதியை வெகு நேரமாய்க் காணவில்லை. என்னுடைய ஏடிஎம் கார்டைப் பயன்படுத்தி பணம் எடுக்க வேண்டும். என்னிடம் இருந்த பணத்தை என் மகன் வாங்கிக்கொண்டு பெங்களூருக்குப் போய் விட்டான். வெளி நாட்டிலிருந்து சுமதியின் தம்பி அவளது மொபைலில் அழைத்துப் பேசினான். அதன் பிறகு அவளைக் காணவில்லை என்பதே உண்மை. மண்டபத்தில் பிளாஸ்டிக் நாற்காலிகளை அடுக்க ஆரம்பித்து விட்டார்கள். எங்கே போய்விட்டாள் சுமதி? ஏடிஎம்மில் பணம் எடுப்பது சுளுவான வேலை இல்லை என்பது தேவையானபோது பணம் எடுத்து நொந்தவர்களுக்குத் தெரியும். அதனால் நான் எப்போதும் இரண்டு ஏடிஎம்களை மனதில் வைத்து முயலுவேன். ஒன்றில்லையென்றாலும் முயற்சியில் மனம் தளராமல்

அடுத்ததற்குப் போய்விடலாம். சுமதியைத் தேட ஆரம்பிக்காமல் முதலில் பணம் எடுக்க முடிவு செய்தேன். மண்டபத்தின் அருகே ஒரு ஏடிஎம் இருந்தது. நல்ல நேரம். பணம் எடுக்க இயன்றது.

மாடியில் எங்களுக்குத் தங்குவதற்கு ஒதுக்கியிருந்த ஹாலில் எங்களது பெரிய துணிப் பெட்டி திறந்து கிடந்தது. அதன் அருகில் உட்கார்ந்தபடி எதையோ தேடிக் கொண்டிருந்தாள். 'மொபைலை பெட்டிக்குள்ளே எங்கேயோ வெச்சேன்.' என் மொபைலில் இருந்து அவள் எண்ணை இணைத்தேன். ஒரு ஹிந்திப் பாட்டின் வாத்திய ஒலி கேட்டது. உடனே ஒலி வந்த இடத்தின் மேலே இருந்த புடவைகள், பாலிதீன் பைகள் இவற்றை விலக்கி மொபைலை எடுத்து மலர்ந்தாள்.

மண்டபத்தை விட்டு எங்கள் கார் புறப்பட மேலும் ஒரு மணி நேரம் ஆனது.

இன்னும் அரை நாள் பாட்டுக்கு அலுவலகம் போக மனமில்லை. மதிய நேரத்தில் கூட போக்குவரத்து நெரிசல் குறையயவில்லை. விருகம்பாக்கத்திலிருந்து பாலவாக்கத்தில் எங்கள் வீட்டுக்குப் போகவே ஒரு மணி நேரம் கண்டிப்பாக ஆகிவிடும். வீடு சென்றதும் குளிர் சாதனத்தை இயக்கி கண் அயர வேண்டும். இரண்டு நாளாக சரியான தூக்கமில்லை. வீட்டிற்குள் நுழையும் முன் கார் டிக்கியிலிருந்த எல்லா பொருட்களையும் நினைவாக எடுத்துக் கொண்டேன். இல்லையேல் நான்தான் மாடிக்கும் கீழ் தளத்திற்கும் ஓடவேண்டும்.

மாலை ஐந்து மணி சுமாருக்கு என்னை சுமதி தூக்கத்திலிருந்து எழுப்பினாள். 'வேலைக்காரி இன்னும் வரவே இல்லை' என்றாள். 'என்னை எழுப்பிச் சொல்லுற அளவுக்கு அது முக்கியமா?' என்றேன். 'நாலைந்து நாளாவே வரல' என்றாள். என் எரிச்சலைக் கட்டுப்படுத்திக் கொண்டேன். 'வண்டி சாவி எங்கே?' என்றாள். 'என் சட்டைப் பையிலிருக்கும்' என்று திரும்பிப் படுத்துக் கொண்டேன்.

அரை மணி நேரத்துக்கு மேல் எழுந்து விட்டேன். சுமதி வண்டியில் எங்கேயோ போயிருக்க வேண்டும். காலை செய்தித்தாள் இப்போதுதான் கண்ணில் பட்டது. ஆழ்ந்தேன்.

திடீரென நினைவு வந்து மொபைலை எடுத்துப் பார்த்தேன். நான்கு அழைப்புகள். அதில் கடைசியாய் இருந்தது என் மனைவியினுடையது. அழைத்தேன்.

'இப்போ எங்கே இருக்கே?'

'மைலாப்பூர்ல.'

'என்னாச்சு?'

'பிறகு சொல்றேன். வேலைக்காரி வந்தாளா?'

'இல்லை.'

'இன்னும் அரை மணியில வரேன்.' இணைப்பைத் துண்டித்து விட்டாள். எனக்குக் கொஞ்சம் கலவரமாயிருந்தது. சுமதிக்கு உடம்பு சுகமில்லையோ? வேலைக்காரி வருவதும் வராததும் ஏன் இவ்வளவு முக்கியமானது? ஐந்து நிமிடம் கழித்து மறுபடி சுமதி மொபைலில் வந்தாள். 'உங்க சொந்தக்காரங்க யாராவது ஒரு மாசத்துக்குள்ளே யூஎஸ் போவாங்களா?'

'கேட்டுப் பாக்கறேன்.' யூஎஸ் சென்று வரும் உறவினர் எனக்கு சென்னையில் அதிகம் இருக்கிறார்கள். ஆனால் எனக்கு அனேகரிடம் தொடர்பில்லை. ஆனால் என் தங்கை அவர்களிடம் மிகவும் புகழ் பெற்றிருந்தாள். அவளிடம் நான் கேட்டு சுமதிக்கு பதில் சொல்ல இயலும். என் தங்கையை ஃபோனில் அழைத்தேன் 'எப்படிம்மா இருக்கே?' என் உடல் நலம் பற்றி அவள் விவரமாக விசாரித்ததும் 'சமீபத்தில யாராவது யூஎஸ் போவாங்களாம்மா?'

'சரவணன் அண்ணன் போறாரு.'

'என் மச்சானா?'

'ஏண்ணே... நம்ம பெரிய மாமா பையனும் சரவணன்தானே. அண்ணி வழி சொந்தம் மட்டுந்தான் நினைவில இருக்கா?'

'அதெல்லாம் ஒண்ணுமில்லம்மா. எப்ப போறாரு?'

'ஒரு மாசத்துக்குள்ளேதான். கேட்டு சொல்றேன்.' அழைப்பு அத்துடன் முடிந்தது.

சுமதி எதற்காக யூஎஸ் போகும் ஆளைத் தேடுகிறாள் என்பது இன்னும் பிடிபடாமலேயே இருந்தது.

அழைப்பு மணி அடித்தது. கதவைத் திறந்தேன். வேலைக்காரி. 'அம்மாகிட்டே இதைக் கொடுக்கணும்' என்று ஒரு பாலிதீன் பையை நீட்டினாள். உள்ளே ஏதோ துணி. வேலையை முடித்து

அவள் கிளம்பும் வரை நான் காத்திருக்கவில்லை. அவளிடம் சாவி இருந்தது. வெளியில் போகும் வேலை நினைவுக்கு வர கிளம்பினேன். இரண்டு கார்கள் இருந்ததால் நானோ என் மனைவியோ வெளியில் சென்று வருவது அவ்வளவு பிரச்சனை யானதாக இருக்கவில்லை. போகும் வழியில் 'இன்னும் இரண்டு வாரத்தில் சரவணன் யூஎஸ் செல்கிறார்' என்று என் தங்கை எஸ்எம்எஸ் அனுப்பியிருந்தாள். அதை அப்படியே என் மனைவிக்கு ஃபார்வர்ட் செய்தேன். சுமதி மறுபடியும் இதைப் பற்றிப் பேசும் இடைவெளியில் நான் இதை மறந்தே போய் விடவோ இல்லை சமீபத்தில் இருவருமே பேசாமல் இருக்கவோ வாய்ப்பிருந்தது.

அதேதான் நடந்தது. இரவு நான் திரும்புவதற்குள் கதவை உள் பக்கம் பூட்டிவிட்டு சுமதி தூங்கி இருந்தாள். உணவு மேசையில் எனக்கான உணவு தவிர கந்தர் சஷ்டிக் கவசம், சண்முக கவசம், விநாயகர் அகவல் என்னும் 'சிடி'க்கள் இருந்தன. இவையும் இன்னும் பல பக்தி சிடிக்களும் எங்கள் வீட்டில் ஏற்கெனவே இருப்பவை. அனேகமாக இதெல்லாம் சுமதியின் தம்பிக்காக தான் வாங்கப்பட்டிருக்க வேண்டும்.

காலையில் நான் எழுந்தபோது உணவு மேசையில் 'கோயிலுக்குப் போகிறேன்' என்ற குறிப்பு இருந்தது. அருகே அவள் தம்பி பெயர் எழுதிய ஒரு பெரிய பேப்பர் பிரவுன் கவர் இருந்தது. அதற்குள் அந்த மூன்று சாமி சிடிக்களும் வேலைக்காரி கொடுத்த பாலிதீன் பையும் இருந்தன. பாலிதீன் பைக்குள் கைக்குழந்தைக்குப் பொருந்துமளவிலான பொத்தான் ஏதுமில்லாத நாடாவில் முடி போடும் சின்னஞ் சிறிய சட்டைகள். அலுவலகத்திலிருந்து தங்கையை அழைத்து சரவணனிடம் ஒப்படைக்க எண்ணி எடுத்துச் சென்றவன் பிற வேலைப்பளுவில் இந்த வேலையை மறந்துவிட்டேன். காலை மணி பதினொன்று இருக்கும். சுமதிக்கு என நான் சேமித்து வைத்திருந்த இசையொலியில் மொபைல் ஒலித்தது. 'யாருக்கு பேக்கிங்னு கண்டுபிடிச்சீங்களா?' 'அதான் மேலேயே பேரை எழுதி இருக்கியே...' 'அவனுக்கு அடுத்த மாசம் குளந்தை பொறக்குது. முதல்ல போடறப்போ பளைய துணிதானே போடணும்.' சுமதியின் அண்ணனை ஒப்பிட அவள் தம்பி மிகவும் பாரம்பரியத்தில் ஈடுபாடு உள்ளவன். 'யாரு கிட்டே பளைய துணி கிடைச்சது?' 'நம்ப சொந்தம் யாருக்கும் இப்போதைக்கி

குழந்தை பிறக்கல. கடைசியிலே வேலைக்காரிதான் கை கொடுத்தா.' இப்போதுதான் அவள் வேலைக்காரியை விடாப் பிடியாகத் தேடிய காரணம் புரிந்தது. 'உடனே உங்க பியூன் கிட்டே கொடுத்து சரவணன் கிட்டே அனுப்பி வையிங்க. மறந்துடாதீங்க.' தேடியபோதுதான் ப்யூன் பாரிஸ் கார்னர் வரை ஆபீஸ் வேலையாகப் போயிருப்பது தெரிந்தது. மறுபடி வேலைப் பளுவில் அவனைத் தேடாமல் விட்டுவிட்டேன்.

மாலை காபியைக் கையில் கொடுத்தபடி 'சரவணனுக்கு ஃபோன் பண்ணினேன். அவன் யூஎஸ்ஸே போகலயாமே? துணியும் வரலன்னான். கொடுத்து அனுப்பலயா நீங்க?'

'எங்க மாமா பையன் சரவணனைத்தானே நான் சொன்னேன்.'

'அனுப்பி வெச்சிட்டீங்களா அவுரு கிட்டே?'

'இல்லம்மா. இன்னிக்கி நடக்கல. நாளைக்கி அனுப்பிடறேன்.'

'வேணாஞ்சாமி... அனுப்பிடாதீங்க. உங்க சரவணன் பெண்டாட்டி மலடி. வேற யாரையாவது நானே பாத்துக்கறேன்.'

(கனவு இதழில் வெளி வந்தது)

12

பேரம்

'**சு**றுக்'கென்ற வலியா, இல்லை கனமான நாட்குறிப்புப் புத்தகம் காலைப் பதம் பார்த்த பின் தரையில் மோதிய சத்தமா எது என்னை எழுப்பியது என்று இனங்காணுவது கடினம். எனது இருக்கையிலிருந்து நழுவி இப்போது என் மேசையின் அடிப்பகுதி முடிவில் எனது மேலாளர் இருக்கையின் கீழே கிடந்தது. மேலட்டையில் என் நிறுவனச் சின்னமும் அதன் பெயரும் பொன் எழுத்துக்களில் அடையாளம் காட்டின. எனது நிறுவனமும் அதன் பெயரும் அவரது காலடியில் என்பதன் உருவகம்போல பட்டது.

இரவு எப்போது கண்ணயர்ந்தேன் என்று தெரியாது. பன்னிரண்டு மணிபோல மொபைல் பேட்டரி சார்ஜ் முடிகிற நிலை என்று சொன்ன பிறகு என் மேலாளர் நிறுத்தினார். கிண்டியிலிருந்து விடியற்காலை நேரே அலுவலகம் வந்து குளித்துத் தயாராகி அவரது அறையில் அமர்ந்து என் தரப்புப் பயண விவரங்களை ஒழுங்கு செய்தவன் என்னையும் அறியாமல் கண்ணயர்ந்தேன்.

எழுந்து மேஜையின் மறுபக்கம் சென்று குனிந்து கனமான என் குறிப்பேட்டை எடுத்தேன். அவரது இருக்கையை ஒட்டி நின்று

மேசையை நான் காண்பது இதுவே முதல் முறை. நில பேர இடைத் தரகர்களின் மொபைல் எண்கள் மாவட்ட வாரியாக எழுதி மேசை மேலுள்ள கனமான கண்ணாடியின் கீழ் பார்வையாக இருந்தது. அறிமுக அட்டைகள் சிலவும், திருப்பதி பாலாஜி படம் சிறியதாக நின்றிருந்தது.

விழுப்புரம் முதல் சிதம்பரம் வரை நான் பயணம் செய்து முதற்சுற்றில் நெடுஞ்சாலைகளை ஒட்டி, படியக்கூடிய சுமார் 25 பேரங்கள் 60 ஏக்கருக்கான விவரணங்களைக் கொண்டு வந்திருக்கிறேன். எட்டரை மணிக்கு என்னுடன் நேர்முகம் என்றார். இப்போது எட்டு.

எதாவது சாப்பிட்டுத்தான் தீர வேண்டும். உணவகத்தில் நுழைந்த பின்தான் எதையும் சாப்பிட விடாத பதற்றம் மேலோங்கியது பிடிபட்டது. ரவி உடனில்லாதது மட்டுமல்ல காரணம். ரவி பற்றி இரவு என் மேலாளர் பேசவே இல்லை. நான் மெதுவாக ஆரம்பித்ததும் நேரில் சொல்கிறேன், நீங்கள் வந்தே ஆக வேண்டும் என்று வெட்டிவிட்டார்.

இதே உணவகத்தில்தான் ரவியை முதன் முதலில் சந்தித்தேன். நான் நிலத்தரகு பற்றிதான் பேசுகிறேன் என்று யூகித்து நான் மொபைலை மூடியதும் புன்னகைத்துப் பேச ஆரம்பித்தான். ஒரு சில நாட்களிலேயே அவனுடன் இந்த நிறுவனத்தில் இணைந்து விட்டேன். ஆரம்பத்தில் ஒன்றாகத்தான் பயணங்கள் புரிந்தோம். அவனது வீடு அசோக் நகரில். இரவு நேரங்கடந்து பேருந்தில் வந்தபோது பலமுறை அவன் வீட்டில் தங்கி இருக்கிறேன். நேற்று இரவு அவன் வீட்டு எண்ணிலிருந்து என் மொபைலில் அழைப்பு வந்தது. பதிலளிக்காத என்னை அவர்கள் மோசமானவனாக யூகித்திருக்கலாம்.

இந்த மேலாளர் ஒரு உத்தரவிட்டால் அதற்கு மறு பேச்சு கிடையாது. ரவி அவரை அனுசரித்துப் போவதில் உள்ள அனுகூலங்களை நன்கு மனதில் பதியும்படி எடுத்துச் சொல்லி இருக்கிறான்.

மணி ஒன்பதரை. கிட்டத்தட்ட என் போன்று பயணித்த எல்லோருமே வந்துவிட்டார்கள். மேலாளர் எனக்கு இங்கு 'இலவங் காத்த' இரண்டு மணி நேரத்தை எனக்கே எனக்கென ஒதுக்கியிருந்தால் ரவி வீட்டுக்குப் போயிருப்பேன். இனி அவர்கள் முகத்தில் எப்படி விழிப்பேன்?

9.45க்கு வந்த மேலாளர் அவருடன் ஒரு வட இந்தியரை அழைத்து வந்தார். இதற்கு முன்னால் (இந்த ஆறு மாதத்தில்) நான் அந்த ஆளைப் பார்த்ததில்லை. அகில இந்திய மற்றும் பன்னாட்டு நிறுவனங்களுக்காக நாம் செய்யும் முயற்சிகள் பற்றி விளக்கினார் அந்த ஆள்.

தரகுப் பிரதிநிதியாகச் செல்லும் நாங்கள் எந்த அளவு நேரடி நிலச் சொந்தக்காரர்களை அணுகுகிறோமோ அந்த அளவு எங்கள் ஊக்கத் தொகை அதிகம். மூன்று நான்கு ஏக்கர் கிடைத்தால் சுற்றியுள்ள முப்பது ஏக்கரை வளைக்க என் மேலாளர் தானும் வந்து பேரம் பேசுவார். ரவி அதுபோல இரு பெரிய நிலப் பரப்புக்களை வளைக்கக் காரணமாயிருந்தவன். நான் அதைச் செய்யும் திறனுள்ளவனே.

என் பதற்றம் பதினொரு மணிபோல பன்மடங்காகி விட்டது. ஒவ்வொருவராகத் தம் கண்டுபிடிப்புகளை விளக்க ஆரம்பித்தார் கள். நூறு பேரங்களை பேச்சு துவக்குமளவு விவரங்களைக் கொண்டுவந்திருந்தான் ஒருவன். இது அவன் தானே நியமித்த அல்லது அணுகிய சிறிய இடைத் தரகர்களால் மட்டுமே சாத்தியமாகி இருக்கும்.

ஒரு மணி சுமாருக்கு கலந்தாய்வு முடிவுக்கு வந்தது. அப்போது மேலாளர் ரவியின் பெயரைக் குறிப்பிடாமல் 'ஏற்கெனவே கறுப்பு வெள்ளையில் காகித நாட்குறிப்பில் நீங்கள் பதிவு செய்பவற்றை மொபைல் வழியாக நம் நிறுவன இணைய தளத்துக்கு அனுப்பச் சொல்லி இருக்கிறோம். உங்கள் ஊக்கத் தொகை அதை வைத்தே முடிவு செய்யப்படுகிறது. ஆனாலும் இன்னும் ஓரிருவர் தினசரி இதைச் செய்யாமல் பல விவரங்களை காலதாமதமாகத் தருகிறீர்கள். நில விஷயத்தில் தாமதம் மிகவும் மோசமான விளைவுகளை ஏற்படுத்தும் என்பதை நினைவிற் கொள்ளுங்கள்.'

கிளம்பும் முன் அவர் முன் நின்றேன். 'ரவி கிட்டே அப்டேட் பண்ணாம டைரியிலேயே நிறைய விவரம் இருந்தது. அதை நம்ப கம்பெனிகிட்டே சேக்கறது உங்க பொறுப்பு' என்றார். நான்கு மணி ஆகிவிட்டது அலுவலகத்தை விட்டு வெளியே வர. இரு சக்கர வாகனத்தை அலுவலக வளாகத்துக்கு உள்ளே பாதுகாப் பாக நிறுத்தினேன். அசோக் நகர் வரை ஓட்ட மனதில் நிதானம் இல்லை.

மாம்பலம் பஜாரில் ஒரு பெரிய மாலையாக வாங்கிக் கொண்டேன். தெரு முனையிலேயே ஆட்டோவை அனுப்பி விட்டேன்.

அவர்கள் குடியிருப்பு வாயிலிலேயே ரவியின் அண்ணன் நின்றிருந்தார். 'ஸாரி ஸார். இப்பதான் சென்னைக்கே வந்து சேர்ந்தேன்.' கண்ணீருடன் என் தோளில் தட்டினார். 'மார்ச்சுரியிலேயிருந்து நேரே கொண்டுபோய் காரியம் பண்ணிட்டோம்.'

மாலையுடன் மாடிப் படியில் ஏறும்போது கால்கள் நடுங்கின. ரவியின் அம்மா 'அண்ணன் தம்பி மாதிரி பளகினீங்களே... போயிட்டானே...' என்னைக் கட்டி அழுதபோது மனமுடைந்து நானும் கதறி அழுதேன். இரவு பத்து மணி வரை ஒவ்வொருவராய் அவர்கள் வீட்டில் என்னுடன் பேசிக் கண்ணீர் வடித்தார்கள். மனமின்றி வீடு திரும்பினேன்.

இரவு பதினொரு மணிக்கு என் மேலாளரிடமிருந்து எஸ்எம்எஸ்... 'ரவி வீட்டிலிருந்து நாட்குறிப்பை எடுத்து வர இயன்றதா?'

13

மீன் தொட்டி

''**உ**னக்கு கால் பந்தாட்டத்தில் ஆர்வமில்லையா?'' என்றான் ரமேஷ் ஆங்கிலத்தில்.

காரை ஓட்டியபடியே அவ்வப்போது தலைக்கு மேலே ஓடும் 'யூரோ கப்' ஆட்டத்தை அவன் அவதானித்து வந்தபோதும் நான் வெளியே பார்த்தபடி இருந்ததே கேள்விக்குக் காரணம். ''உன்னளவு ஆர்வம் இல்லை'' என்றேன்.

''நான் கல்லூரியில் நான்கு வருடங்களும் விளையாடி பெயர் பெற்றேன். ரமேஷ் அகர்வால் பெயர் இடம் பெறாத குழு இருந்ததே இல்லை. அலுவலகத்தில் என்னைத் தவிர எல்லோருமே அவன் அளப்புக்களை புறக்கணிப்பார்கள். நானும் அவனும் ஒரே நாளில் வேலைக்கு சேர்ந்தோம். நான்கு சக்கர வாகனத்தை மாற்றி மாற்றி உபயோகிக்கும் எண்ணம் உதித்தது அவனுக்கு.

எங்கே போகவேண்டும் என்றாய் கஸ்தூரிபாய் நகரா?''

''இல்லை. சாஸ்திரி நகர்.''

''பழைய மகாபலிபுரம் சாலையில் இப்போது வாகனங்கள் மிகுந்துவிட்டன. இந்த ஒரு வருடத்துக்குள் நானே காண்கிறேன்.''

பல தருணங்களில் நான் என்னுடைய நான்கு சக்கரத்தை எடுத்து வருவதே நல்லது என நினைத்திருக்கிறேன். மது அருந்திய பின் அவனுக்கு பெற்றோரை எதிர் கொள்ளும் அவசியமில்லாதவன். அதனாலேயே இரவு வெகு நேரம் கழித்தே நான் செல்ல நேருகிறது. வழியில் இன்று நான் முடிக்க வேண்டிய வேலை அவனுக்குப் பிடித்திருக்க வாய்ப்பில்லை.

''நேராகவா இல்லை இடது புறமா?'' என்றான். திருவான்மியூர் நாற்சந்தியில் வலது திருப்பம் தடை செய்யப்பட்டது.

என் சைகையை ஒட்டி வண்டி நகர்ந்தது. சாஸ்திரி நகரில் அந்தக் குடியிருப்பு ஐந்தாவது குறுக்குத் தெருவா? ஆறாவதா? என் சட்டைப் பையில் துழாவி குறித்து வைத்திருந்த சீட்டை எடுத்தேன். அவனோ வண்டியை ஓரமாக நிறுத்தி மொபைலில் யாரோடோ பேச ஆரம்பித்துவிட்டான்.

சற்றே இருட்டியிருந்தது. நடந்து சென்று அது ஆறாவது குறுக்குத் தெருதான் என்று உறுதி செய்து கொண்டேன். கையசைத்து அவனை அழைக்க எண்ணினால் அவன் என் பக்கம் திரும்பாமலேயே பேசிக் கொண்டிருந்தான்.

ஒரு இடத்துக்கு வேறு ஒருவர், நன்கு வழி தெரிந்தவருடன் முதல் முறை வந்திருந்தால் மறுபடி அங்கே வரும்போது தடுமாற வேண்டி வருகிறது. நான் தெருவின் இந்த முனையில் அந்தக் குடியிருப்பைத் தேட வேண்டுமா இல்லை மறு முனையிலா? ரமேஷ் அடித்த 'ஹாரன்' சத்தம் என்னை ஈர்த்தது. 'அருகில் வா' என கையசைத்தான். நெருங்கியதும் ''வண்டியில் ஏறு. உன்னை இறக்கி விடும் இடத்தை பார்த்துக் கொள்கிறேன். எனக்கு உள்ளாடை வாங்க இந்த அளவு நேரம் தேவை. நான் வாங்கி விட்டு உன்னை மொபைலில் அழைக்கிறேன்.''

நான் மறுபடி காரில் அமர்ந்து இருமருங்கும் நோட்டம் விட்ட படி இருந்தேன். மஞ்சள் நிற இரண்டுமாடிக் கட்டடம் கண்ணில் பட்டுவிட்டது. ''இதன் வாயிலில் இறங்கிக் கொள்கிறேன்.''

ரமேஷ் அந்தக் குடியிருப்பின் வாயிலைத் தாண்டி நிற்பதற்குள் அதிலிருந்து வெளியே வந்த லாரி நான் வந்த காரின் பின்பக்கத்தை உரசி பேரிரைச்சலுடன் நின்றது.

கதவைத் திறந்து இறங்கி கதவை அறைந்து சார்த்திவிட்டு காரின் பின்பக்கம் ஓடினான் ரமேஷ். நானும் பரபரப்புடன் பின் தொடர்ந்தேன். காரின் பின் பகுதியில் பெரிய கீறல் விழுந்திருந்தது. லாரியின் டிரைவர் அருகிலுள்ள கதவை ஓங்கிக் குத்தியபடி ஆங்கிலத்தில் ''இறங்கு கீழே'' என்று கத்தினான் ரமேஷ்.

''டேய் இன்னா? நான் ஹெட் லைட் சிக்னலு குடுத்துக்கினு தானே வரேன்? அவ்ளோ அவசரமா ஓட்டி உசுரோட வர்றியே அத்தே பெர்சு'' என டிரைவர் கத்தினான்.

அந்த வளாகத்தின் ஐம்பது வயது மதிக்கத்தக்க சீருடை அணிந்த காவலாளி சட்டென ரமேஷின் தோளைத் திருப்பி ஹிந்தியில் ''நகரு. லாரியை போக விடு'' என்றார். அவர் கையை ஓங்கித் தள்ளிய ரமேஷ் அவருடைய சட்டையைப் பிடித்து ''இந்த காரின் விலை என்ன தெரியுமா உனக்கு?'' என்று கத்தினான்.

''நாயே... மிலிட்டிரிக்காரன் சட்டையையா பிடிக்கிறே? உங்க அக்காளை...'' ஹிந்தியில் அவர் பதிலுக்குக் கத்தினார்.

நான் சுதாரித்துக்கொண்டு அவனுடைய கையைப் பிடித்து இழுத்தேன். அவன் என்னை ஒதுக்கிவிட்டு லாரியின் முன் போய் நின்றான். அதன் வெளிச்சம் அவனது ஆக்ரோஷத்தை அதிகப் படுத்திக் காட்டுவதுபோல இருந்தது. வாட்ச்மேன் அவனைப் பிடித்துத் தள்ளிய வேகத்தில் அவன் காரின் மீது இடிந்து சரிந்து விழுந்தான். லாரி முன் நகர்ந்து திரும்பியது. ஹிந்தியில் பல வசவுகளுடன் ரமேஷ் எழுந்தபோது, பிச்சுவா கத்தியை உருவி எச்சரிக்கை செய்யும் விதமாக அசைத்தார் காவலாளி. இரண்டு மூன்று பேர் ரமேஷை இழுத்தனர். நான் கார் கதவைத் திறந்து ''தயவுசெய்து நீ கிளம்பு'' என்றேன். கிட்டத்தட்ட ஏனையர் அவனை உள்ளே தள்ளினர். வண்டியைக் கிளப்பி சற்று அதிக வேகத்துடன் அவன் ஓட்டிச் சென்றான்.

இப்போது ஒரு கும்பல் அவரைச் சூழ்ந்திருந்தது. ராணுவ வீரன் ரத்தம் பார்க்காத கத்தியை உறையில் வைப்பது குறித்து அவர் வருந்திப் பேசிக் கொண்டிருந்தார். அந்தக் குடியிருப்பில் சிலர் ஜன்னல் வழியேயும் சிலர் பால்கனியிலிருந்தும் இதை வேடிக்கை பார்த்துக் கொண்டிருந்தார்கள். நான் செல்ல வேண்டிய இடம் முதல் மாடியில் இருந்தது. மெதுவே உள்ளே நகர்ந்தேன்.

என் மனம் சற்றே பதற்றம் அடைந்திருந்தது. இத்தகைய பதற்றத்தை விளைவிக்கும் நடவடிக்கைகளில் அவன் ஈடுபடுவது முதல் முறையல்ல.

ஊ2 என கதவு எண்ணை சரிபார்த்து சாவியைப் போட்டுத் திருப்பினேன். ''மன்னிக்கவும்'' நுனி நாக்கு ஆங்கிலத்தில் ஒரு பெண்ணின் குரல். திரும்பினேன். நடுவயதுப் பெண்மணி. 'ஹவுஸ் கோட்' அணிந்திருந்தார். ''நேற்று என் தொலைபேசி அழைப்பை ஏற்றது நீங்களா?'' வினவினார். ''ஆமாம்.'' ''ஏன் இடையிலேயே பேச்சை முறித்தீர்கள்?'' ''நான் ஒரு அவசரப் பணியிலிருந்தேன். அதான் நீங்கள் உடனடி வரச் சொன்னதை புரிந்துகொண்டு இன்றே வந்துவிட்டேனே... என்ன பிரச்சனை?''

''நீங்களே கதவை திறந்து பாருங்கள்'' என அவர் தன் வீட்டுக் கதவை அறைந்து மூடிக்கொண்டார்.

கதவைத் திறந்த உடனேயே கடுமையான துர்நாற்றம் தாக்கியது. செத்த மீன் வாடை. ஒரு நிமிடம் வெளியே வந்து சுதாரித்து மீண்டும் உள்ளே நுழைந்தேன். மின் வெளிச்சத்தில் ஹால், சமையலறை, படுக்கையறை, குளியலறை எல்லா இடத்தையும் பார்த்தேன்.

பால்கனியில் இருந்தது அந்த மீன் தொட்டி. பல வண்ண மீன்கள் செத்து மிதந்தன. 3நீ3நீ3 என்னும் அளவில் பால்கனியில் பாதி இடத்தை அது அடைத்துக் கொண்டிருந்தது.

பக்கத்து வீட்டு பால்கனியில் நிழலாடியது. அதே அம்மாள். ''உடனடியாக இதை எடுத்துச் செல்லுங்கள். மூன்று நாளாக தாங்க முடியவில்லை...'' மறைந்தார். பால்கனிக்கு 'கிரில்' இருந்தது. இல்லையேல் பல பறவைகள் இந்த மீன்களைத் தேடி வந்திருக்கும். தொட்டியை அசைப்பதே மிகவும் கடினமாக இருந்தது. வேறு ஒரு ஆளின் துணை வேண்டும். காவற்காரரிடம் சொல்லாமல் நான் உள்ளே வந்ததே தவறு. இதில் மற்றொருவனை அழைத்து வந்தால்? முதலில் காவற்காரரைச் சந்தித்து வந்த விஷயத்தைச் சொல்ல வேண்டும்.

தானே பூட்டிக்கொள்ளும் கதவை அறைந்து சார்த்திவிட்டு கீழே விரைந்தேன். என் அறிமுகம் முடியும் முன்பே ''வயசானவன், மிலிட்டிரிக்காரன்னு கூட பாக்காம என்னவெல்லாம் பேசிட்டான் நாயி...'' அவர் கண்கள் கலங்கின. நான் நிறையவே மன்னிப்புக் கேட்டேன். அவர் உதவினால் நாங்கள் இருவரும் தொட்டியை நகர்த்தலாம் என்றேன். கொஞ்சம் இருக்கும்படி சைகை காட்டிவிட்டு ஐந்து நிமிடத்தில் ஒரு ஆளுடன் வந்தார். மூவரும் மேலே சென்றோம். அந்த வீட்டுச்

சொந்தக்காரர் சர்மா மிகவும் பண்பான இளைஞர். அவர் மனைவி பேறுக்காகச் சென்றிருக்கும்போது அவசரமாகக் காலி செய்து வெளிநாடு சென்ற சர்மா ஏனோ இதை மறந்துவிட்டார். சர்மாவுடன் ரமேஷை ஒப்பிட்டு ரமேஷை சபித்தார் காவற்காரர். மீன் தொட்டியோடு நாங்கள் வெளியே வந்தபோது வேறு ஒரு வீட்டுக் கதவிலிருந்து வெளியே வந்தார் ஒரு பெரியவர். அரை ட்ரவுசர், டி ஷர்ட். ''என் மகளுக்கு இந்த வீடு தேவை. கிடைக்குமா?'' ''சர்மாவிடம் கேட்டு சொல்கிறேன்.'' ''உங்கள் விசிட்டிங் கார்டு கிடைக்குமா?'' கொடுத்தேன்.

அதற்குள் மீன் தொட்டியுடன் ஏனைய இருவரும் கீழே போயிருந்தார்கள். பிரதான வாயிலருகே வந்தேன். சர்மா தொட்டியை என்ன செய்யச் சொன்னார் என்றார் காவற்காரர். ''யாருக்காவது கொடுத்து விடுங்கள். உங்கள் உதவிக்கு நன்றி'' என்று கூறிவிட்டு நூறு ரூபாய்த் தாளை நீட்டினேன். வாங்கிக் கொண்டார். ''பொறுங்கள். ஆட்டோவை அழைத்து வருகிறேன்'' என்று விரைந்தார்.

இரவு உணவு வரை ஏனோ ரமேஷைக் கூப்பிடத் தோன்ற வில்லை. ''நாளைக்கி நீ நம்ப கார்லதானே போற?'' என்று அப்பா கேட்டபோது ரமேஷின் நினைவு வந்தது.

அவன் குரலில் சற்றே போதை தெரிந்தது. ''பயந்துவிட்டாயா? இவனுகளுக்கு இதெல்லாம் போதாது'' என்றான். சிறிய விஷயம் இது என்றால் ஏற்கவில்லை. ''நீ எந்த வேலையாக போனாய்?'' என்றான். விளக்கினேன். ''எந்த சர்மா அவன்?''

''அரவிந்த் சர்மா.''

''உன்னுடைய பயோடேட்டாவை வைத்து தன் ஆங்கிலத்தில் நல்ல ரெஸ்யூமே எழுதி சிங்கப்பூரிலேயே வேலை வாங்கித் தருவதாக சொன்னானா?''

''இல்லையென்றால் நான் செய்ய மாட்டேனா?''

''இந்தக் கதையே வேண்டாம். அவன் என்ன சொல்லி வீட்டு சாவியை கொடுத்தான்? எனக்கு அவனை நன்றாக தெரியும்...''

''வேறு விஷயம் பேசுவோம்'' என்று உரையாடலை திசை திருப்பினேன்.

14

பொன்னாடை

பஸ் ஸ்டாண்ட் சிக்னல் தாண்டிய பிறகுதான் பொன்னாடையை எடுத்து வரவில்லை என்று நினைவுக்கு வந்தது. அந்த இடத்திலிருந்து அவனுடைய அறை ஒரு கிலோ மீட்டர் தூரம்தான். ஆனால் ஒரு வழிப் பாதை என்று ஒழுங்கு செய்த பிறகு மூன்று கிலோ மீட்டர் சுற்றி வரும்படி ஆக்கிவிட்டார்கள். தேவை இருக்கிறதோ இல்லையோ வாகனங்களிலிருந்து காதை செவிடாக்கும் ஒலி. முன்னும் பின்னும் விரையும் வாகனங்களின் பதற்றம். வெளியே வந்தாலே தாக்கும் வெய்யிலும் பெருகும் வியர்வையும். இந்தப் பத்து வருடங்களில் இவை அனைத்தும் பழகிவிட்டன. ஆனால் எரிச்சலூட்டுகின்றன.

பஸ் ஸ்டாண்டை ஒட்டிய நடைமேடையில் பெரிதும் வண்டிகள், தட்டுகள், கூடைகள் என கடைகள். அவற்றுள் இருந்த ஒரிரு இடைவெளிகளில் ஒன்றில் வண்டியை நிறுத்தி தன் அறைக்கு நடக்க ஆரம்பித்தான்.

முதல் நாள் சனிக்கிழமை. பின்னிரவு வரை மது அருந்திவிட்டு ஒவ்வொருவராய் நண்பர்கள் புறப்பட்டனர். கடைவீதியில் மாத வாடகைக்கு அறை எடுப்பதில் உள்ள பல வசதிகளில் இது

ஒன்று. குடித்தனக்காரர்கள் என்றால் ஒரு வருகைப் பதிவேடு வைத்து வருவோர் போவோர் விவரம் எடுத்து வருவதும் போவதுமே தவறு என்று தொடங்கி எந்தக் கொண்டாட்டமுமே இல்லாமல் செய்துவிடுவார்கள்.

நடக்க நடக்க வியர்வை அதிகரித்தது. கோயிலை ஒட்டி குளக்கரையில் அடுத்தடுத்து இரு திருமண மண்டபங்கள். வாகனங்களும் மனிதர்களும் தாம் வழி மறிப்பது குறித்து எந்த வருத்தமும் இன்றி அந்த சந்தில் குழுமியிருந்தனர். அந்த சந்தின் முனையில்தான் அவனது அறை இருக்கிறது.

அறையில் நுழையும்போது மொபைல் ஒலித்தது. வளர்மதி. வழக்கமாக விடுமுறை நாட்களில் அவளிடமிருந்து அழைப்பே இருக்காது.

''என்ன அதிசயமா ஹாலிடேல கூப்பிடற?''

''அப்பா அம்மால்லாம் ஏதோ கல்யாணத்துக்கு போயிருக்காங்க.''

''நானும் ஒரு வேலையா வெளியில கிளம்பிக்கிட்டிருக்கேன்.''

''சன்டே கூட அப்பிடி என்ன வேலை?''

''அப்ப நான் வெக்கணுமா?'' அவளது குரலில் தன்னிரக்கம் தென்பட்டது.

கடந்த ஒரு மாதமாக அனேகமாக அவள் அழைக்கும்போது அதைத் தொடர்ந்து பேச இயலாதபடிதான் அமைகிறது. அலுவலகம் அவனை அதிகப்படியாக விரட்டுகிறதா இல்லை அவனே அந்த வேலைப் பளுவில் ஒளிந்துகொண்டு விட்டானா என்று பிரித்தறிய இயலவில்லை. ''அம்மா காலமானதாலதான் நீ என் கிட்டே பேச மாட்டேங்கறியா? ஒரு ஆறுதலா கூட நான் பேசக் கூடாதா?''

அறையின் ஒழுங்கின்மை நேற்று இரவு ஒரு புதிய இலக்கை எட்டியிருந்தது. திரும்பி வந்ததும் ஏதேனும் செய்ய வேண்டும். 'கோ ஆப்டெக்ஸி'ல் நேற்று மாலை பொன்னாடை வாங்கினான். அந்த ப்ளாஸ்டிக் பொட்டலத்தைத் தேடினான். மேசை இழுப்பறையில், சுவர் அலமாரியில், துணிகளுக்கு நடுவே... எங்கும் இல்லை. கட்டிலுக்குக் கீழே பார்த்தான். சுவரை ஒட்டிய இடத்தில் கிடந்தது, நேற்று வந்தவர்களில்

எவனோ கட்டிலில் அமர்ந்தபடி அதை சுவர்ப்பக்கமாகத் தள்ளி, இடுக்கு வழியே அது விழுந்திருக்க வேண்டும்.

கதவைப் பூட்டும்போது பக்கத்து அறைப் பெரியவர் ''நியூஸ் பேப்பர் வந்ததா?'' என்றார். ''நான் கொஞ்ச நாளா பேப்பர் வாங்கறதில்லே'' என்றான்.

அடையாரை நெருங்க நெருங்க அமைச்சரின் உருவப் படத்துடன் பல கார்கள், வேன்கள், இரு சக்கர வாகனங்கள் தென்பட்டன. அமைச்சரின் பிறந்த நாள். அவர் வீட்டுக்குத் தொலைவிலேயே அவன் வண்டியை நிறுத்தவேண்டி வந்தது.

அமைச்சரின் வீட்டைச் சுற்றி நிறைய வண்டிகள். காவல் துறையினரால் ஒழுங்கு செய்ய இயலாதபடி கூட்டம் அலை மோதியது. சிரமப்பட்டுதான் உள்ளே நுழைந்தான்.

நேற்று இரவு அப்பா அழைத்தபோது மது தன் பணியைச் செய்யத் துவங்கியதால் அவன் ''சொல்லுங்கப்பா...'' என்றான். நண்பர்களின் குரல் கேட்டு அவரே ''உன் ஃப்ரெண்ட்ஸோட இருக்கியா?'' என்றதும் ''ம்...'' என்றான். அவர் ஒரு பக்கமாகக் கூறியதிலிருந்து அமைச்சர் அறிவுக்கரசு, பொன்னாடை என்னும் இரு சொற்கள் மட்டுமே நினைவிலிருந்தன. அவர் நினைவு படுத்தத் தான் கூப்பிட்டிருந்தார். ஆனால் அவன் மாலையி லேயே அலுவலகத்திலிருந்து வரும்போதே வாங்கிவிட்டான்.

அமைச்சரின் உதவியாளர் அறையிலும் ஒரே கூட்டமாக இருந்தது. முதலில் சற்றுத் தயக்கமாக இருந்தாலும் பிறகு அவனும் தள்ளு முள்ளு செய்து உள்ளே நுழைந்தான். அவருடைய மேசையை நெருங்கி அவரது கவனத்தை ஈர்த்ததும் தான் இன்னாரது மகன் என்றான். ''இன்னும் ஒரு மணி நேரம் கழித்து வா'' என்றார். வெளியே வந்து ஒரு மரத்தடியில் நின்றான். ''அண்ணே மொபைல் இருந்தா கொடுங்க. மிஸ்ட் கால் குடுத்து பேசிக்கிவேன்'' என்று யாரோ உதவி கேட்ட போது சட்டைப் பையில் தேடினான். இல்லை. 'பேன்ட்' பைகளிலும் இல்லை. வழியில் விழுந்திருக்குமோ? சற்றே கலவரமாயிருந்தது. கூட்டத்தை விலக்கிக் கொண்டு தெருவுக்கு வந்து ஒரு கடையிலிருந்து தனது மொபைல் எண்ணுக்கு ஃபோன் செய்தான். மணி அடித்தது. கீழே விழுந்து யாரேனும் எடுத்திருந்தால்   மணி   அடிக்க   வாய்ப்பில்லை.

பொன்னாடையைத் தேடும் அவசரத்தில் வளர்மதியின் அழைப்பைப் பேசிவிட்டுக் கை மறதியாய் வைத்துவிட்டு வந்திருக்க வேண்டும். இருந்தாலும் ஒரு உறுத்தல் இருந்தது. அறைக்குச் சென்று வருவதும் சாத்தியம் இல்லை. ஒரு மணி நேரத்தில் இவரைச் சந்தித்தாக வேண்டும். இதைத் தள்ளிப் போட இயலாது.

ஒரு சாலையோரக் கடையைச் சுற்றி கும்பலாயிருந்தது. எட்டிப் பார்த்தான். இட்லி, வடை, பொங்கல் விற்பனையாகிக் கொண்டிருந்தது. உணவை வாங்கி உண்டான். அம்மா இருந்த போது வாரக் கடைசிக்கு ஊருக்கு வரவில்லை என்றால் விசாரிப்பார். பொங்கல் அம்மா வைத்தால் மிளகும் நெய்யுமாக இருக்கும்.

ஆனால் அம்மாபோல அப்பா ஏன் ஊருக்கு எப்போது வருவாய் என்று நச்சரிப்பதில்லை? அவர் பேசும்போது அது ஏற்கெனவே சொன்ன வேலை அல்லது சொல்லப் போகிற வேலை என்பதற்குள் அடங்கிவிடும்.

நேரம் மிகவும் மெதுவாக நகர்ந்து கொண்டிருந்தது. இட்லிக் கடை அம்மாள் காலியான பாத்திரங்களை ஒரு தள்ளு வண்டியில் அடுக்கிக் கொண்டிருந்தார். இரண்டு வயதுக் குழந்தை ஒன்று ஒரே ஒரு இட்லியை வெகு நேரமாக சாப்பிட்டுக் கொண்டிருந்தது.

அம்மா தான் சென்னைக்கு வந்து அவனுக்கு சமைத்துப் போடும்படியான வீடாகத் தேடச் சொல்லியிருந்தாள். அவன் தீவிரமாக வீடு தேடும் முன்பே போய்விட்டாள்.

ஒரு வழியாக அவர் குறிப்பிட்ட நேரம் கடந்தது. இன்னும் பத்து நிமிடம் விட்டே உள்ளே போகலாம் என நினைத்தான். திடீரென பரபரப்பு. காவல்துறை வழி ஏற்படுத்திக் கொடுக்க சாரி சாரியாய் ஏகப்பட்ட வண்டிகள் அமைச்சர் வீட்டை விட்டு வெளியேறின.

அவன் அமைச்சரின் உதவியாளரை இந்த முறை மிக எளிதாக சந்தித்துவிட்டான். வந்திருந்தவர்கள் எல்லோருமே போயிருந்தார்கள்.

''இன்னிக்கி அவரோட 'பர்த் டே'. இப்போ அவரு சொந்த ஊருக்கு கிளம்பிட்டாரு. இனிமே கும்பலிருக்காது.'' உதவியாளர் தன்னிடம் நிறையவே பரிவாக இருப்பதாகத் தோன்றியது.

''ஸார் அமைச்சர் கிளம்பிட்டாரே. இனிமே எப்போ பொன்னாடையை போர்த்த முடியும்?''

''அவுரு வர்றதுக்கு ரெண்டு மூணு நாளாகும். எப்படியும் அவுரு வந்ததும் விவரம் சொல்லிடறேன். உங்க அம்மா நிர்வாகம் பண்ணின மகளிர் சுய உதவிக்குழூப் பொறுப்பு எல்லாத்தையும் உங்க அப்பா சொன்னபடி கற்பகம் அப்பிடிங்கறவங்களுக்கே கொடுக்க ஏற்பாடு செய்துடலாம்.''

கற்பகம் என்று குடும்ப நண்பரோ உறவினரோ அவனுக்கு நினைவுக்கு வரவில்லை.

''நிலம் ஒண்ணு பாக்கச் சொல்லி அப்பாகிட்டே சொல்லி யிருந்தேன். எதிர்பார்க்கற விலைக்கு படியும்னா உடனே ஃபோன் போடச் சொல்லுங்க.''

''சரி'' என்று தலையாட்டிவிட்டு, ''அப்ப நான் கிளம்பலாமா ஸார்...'' என்று எழுந்தான்.

அறைக்கு வந்து மொபைல் ஃபோன் இருப்பதை உறுதி செய்துகொண்ட பின்புதான் அவனுக்கு மூச்சு வந்தது.

பொன்னாடைப் பொட்டலம் புதிராய் அவன் கையில் இருந்தது. அதை இனி என்ன செய்வது?

அம்மாவின் படத்தின் மீது போட்ட பூ வாடியிருந்தது. அதை நீக்கி பொன்னாடையை அந்தப் படத்தின் மீது போட்டான். அம்மாவின் முகம் மறைந்தது. துணியை புகைப்படப் பக்கவாட்டு, பின் பக்கத்தில் ஒழுங்கு செய்து வைத்தான்.

இரவு உறக்கத்தை டமால் என்னும் சத்தம் எழுப்பியது. அம்மாவின் படமும் அது மாட்டப்பட்டிருந்த ஆணியும் பொன்னாடையுடன் சேர்ந்து கீழே விழுந்து கிடந்தன.

15

முகமூடி

"தாம்பரம் எறங்கறவங்க எறங்கு..." நடத்துநரின் அறிவிப்பு கனவா நனவா என்று ஊர்ஜிதம் ஆக ஓரிரு நிமிடங்கள் ஆயின. திருச்சியில் பேருந்தில் ஏறி அமர்ந்த உடனே உறங்க ஆரம்பித்து விட்டான் பாலகுமார். பகலில் சமயபுரம், மண்ணச்சநல்லூர், நொச்சியம், திருவள்ளரை என கிராமப்புறத்து மருந்துக் கடைகளையும் மாலையில் இருந்து திருச்சி நகரில் உள்ள மருத்துவர்களில் சிலரையும் சந்தித்து மருந்துத் தேவைகளுக் கான ஒப்புதல் கடிதங்களைப் பெற்றான். இதை சென்னையில் ஒப்படைப்பது அடுத்த வேலை. 'இடமாற்றத்தை முடிவு செய்யும் மேலாளர் வருகிறார். உடனே வா' என்னும் சுந்தரிடமிருந்து வந்த குறுஞ்செய்தியை பேருந்தில் ஏறிய பிறகுதான் பார்த்தான்.

பாலகுமாரின் மனைவி உற்சாகமாக அவனது துணிகளை அடுக்கி அவனை அனுப்பும் ஏற்பாடுகளில் அவனை உள்ளூரப் பதற்றப்படுத்திவிட்டாள். சென்னை போய் முயற்சித்து திரும்பச் சென்னை போகும் இடமாற்றம் கிடைத்தால் நல்லது. இல்லை யென்றால் அவள் தினசரி தொணப்பும் வாய்ப்புகள் அதிகம்.

'கத்திப்பாரா' கண்டக்டரின் குரல் கேட்டதும் தூக்கத்தை மீறி எழுந்து தலைக்கு மேல் பை வைக்கும் இடத்தில் துழாவித் தன் பையை எடுத்தான். கனமாயிருந்தது. தேவையோ தேவையில்லையோ ஏதேனும் ஒரு பொருளை தன் அப்பா வீட்டுக்கு என பையில் திணித்து அதன் மேல் ஒரு காகிதத் துண்டில் அப்பாவுக்கு அல்லது அம்மாவுக்கு என எழுதியும் வைத்து விடுவாள்.

கத்திப்பாராவில் இறங்கியதும் சகோதரியின் மொபைல் எண்ணுக்கு அழைப்பை அனுப்ப முயன்றான். பிறகுதான் மணி என்ன என்று பார்க்கத் தோன்றியது. மணி ஐந்து. மூன்றாம் வகுப்பு படிக்கும் மகளைப் பள்ளிக்கு அனுப்ப தன் தங்கை ஆறு மணிபோலதான் துயில் எழுவாள். மூன்று சக்கர வாகனத்தைத் தவிர்த்து பேருந்துக்காகக் காத்திருக்கத் துவங்கினான். ஒரு மணி நேரம் அவள் நிம்மதியாகத் தூங்கட்டுமே.

தங்கையின் வீடு இருந்த அடுக்குமாடிக் குடியிருப்பின் பிரதான வாயிற் கதவுகள் திறந்திருந்தன. வழக்கமாக ஒரு பதிவேட்டில் கையெழுத்திட்ட பின்னரே உள்ளே செல்ல இயலும். காவலர் தென்படவில்லை.

''வா அண்ணே'' என சுசீலா அன்புடன் வரவேற்றாள். ஸ்ரீரங்கம் மல்லி அவளுக்குப் பிடிக்கும். அதையும் குழந்தைக்கு என ஒரு பிஸ்கட் பொட்டலத்தையும் கொடுத்தான்.

''பல்ல விளக்கு. காபி கலக்கறேன்'' என்றாள் சுசீலா.

''கொஞ்ச நேரம் படுத்து எந்திரிக்கிறேன் சுசி'' என்று வரவேற் பறையில் இருந்த சோபாவில் படுத்தான்.

கண் விழித்தபோது தங்கையின் கணவன் கதிர்வேலு அருகே உள்ள இருக்கையில் கையில் செய்தித்தாளுடன் இருந்தான்.

'' அம்மா… மாமா எழுந்தாச்சு'' என்று குதித்தாள் தங்கையின் மகள் மாலதி. சுவர் கடிகாரம் மணி எட்டு எனக் காட்டியது. ''குழந்தை ஸ்கூலுக்கு போலே?'' என்றபடி எழுந்தான் பாலகுமார். தங்கை கணவன் புன்னகைத்து நலம் விசாரித்தான்.

அவன் அருந்திய காலிக் கோப்பையை எடுத்தபடியே ''அண்ணே, உனக்கு முழு நாளும் வேலை இருக்கா?'' என்றாள்.

''ஏம்மா?''

''மாலதியை மத்தியானம் டிவி ஸ்டேஷனுக்கு கூட்டிப் போவணும். அவுங்களுக்கு லீவு கிடைக்கல. அவுங்க பஸ்ஸூ்ல போயிருவாங்க. நீ ரெண்டு மணிக்கு இங்கே வந்தீன்னாகூட போதும்.''

சரி என்று தலையாட்டினான் பாலகுமார். தனது இடமாற்றம் பற்றி முடிவு செய்யும் மேலாளர் பேட்டி காலையிலேயே கிடைத்தால் நல்லது. எப்படியோ அலுவலகம் போய் வர இரு சக்கர வாகனம் கிடைத்துவிட்டது.

அவன் சரியாக பத்து மணிக்கு அலுவலகத்தில் நுழைந்து விட்டான்.

சுந்தர் அவன் வந்ததைக் கண்டுகொள்ளவேயில்லை. பாலகு மாருக்கு அதன் காரணம் தெரியும். நேரடியாக அணுகுவதால் பலன் கிடைக்கும் என்பது ஒரு காரணம். மற்றொன்று சுந்தர் மூலம் விவரங்கள் வெளியாவது ரகசியமாக இருக்க வேண்டும்.

பாலகுமாரின் நல்ல நேரம். பதினொரு மணிக்குள்ளாகவே மனித வள மேலாளரைச் சந்தித்துவிட்டான். அவர் ஆவன செய்வதாகச் சொன்னார். அவர் எல்லோருக்கும் எப்போதும் சொல்லும் பதிலும் அதுதான்.

சுந்தரை நலம் விசாரிப்பதுபோல் சந்தித்தான். ''அனேகமாய் கிடைச்சிடும்'' என்றான் சுந்தர்.

பன்னிரண்டரை மணிக்கு அவன் தங்கை வீட்டுக்குள் நுழைந்ததும் மாலதி துள்ளிக் குதித்தாள். ''அம்மா, மாமா வந்தாச்சு. கிளம்பலாமா?''

''இருடி. முதலில் அவரு சாப்பிடட்டும். நீயும் சாப்பிடு.''

பாலகுமாருக்கு தனது வேலையும் காலையில் முடிந்து தங்கைக்கும் எதாவது மதியம் செய்ய இயன்றது மகிழ்ச்சியா யிருந்தது.

வெங்காய சாம்பார், உருளைக்கிழங்கு பொறியல் அவனுக்குப் பிடித்த வகைகளை அவனது தங்கை செய்து வைத்திருந்தாள். இரண்டு கவளம் இறங்கியதுமே வயிறு குளிர்ந்ததுபோல இருந்தது. அந்த நேரம் பார்த்து மொபைல் அடித்தது.

கண்ணன். எந்தக் கண்ணன்? தெரியாததால் சாப்பிடுவதைத் தொடர்ந்தான். இப்போது தங்கை மற்றும் குழந்தையுடன் வெளியே போய் வரும் நிகழ்ச்சி நடந்தேற வேண்டும். வழக்கமாக ஒரு ஆளின் பெயரை சேமிக்கும்போது அவரது தொடர்பு அல்லது நிறுவன விவரத்தையும் சேர்த்து குறித்து வைப்பான். இதில் ஏனோ அப்படிச் செய்யவில்லை. சமீபத்தில் பேசியதுபோல நினைவில் இல்லை.

''கொஞ்சம் சோறு வக்கட்டா?'' தங்கையின் குரல் அந்த நினைவுபடுத்தும் முயற்சியை நிறுத்தியது.

சுசீலாவும் குழந்தையும் உடுத்தித் தயாராக இருந்தார்கள். இரண்டு சக்கர வாகனம் நகரும்போது ''எங்க போவணும்?'' என்றான்.

''மந்தவெளியிலதான அந்த டிவி ஸ்டேஷன் இருக்கு. நாம மைலாப்பூர்ல ஒரு 'மாஸ்க்' வாங்கிக்கிட்டு போவணும்.'' கிண்டி மேம்பாலத்தைத் தாண்டும்போது மறுபடியும் மொபைல் ஒலித்தது. ''யாருன்னு கேளு'' என்று தங்கையிடம் கொடுத்தான். ''நான் அவுரு தங்கச்சி பேசுறேன். வண்டி ஓட்டிக்கிட்டிருக் காங்க. பிறகு கூப்பிடுவாங்க.'' ''கண்ணன்னு சொன்னாரு'' என்றாள். யார் இந்தக் கண்ணன்? நான் சென்னை வருவேன் என்று தெரிந்து கூப்பிடுகிறாரா?

மைலாப்பூரில் ஒரு பெரிய வணிக வளாகத்திற்கு சுசீலா அழைத்துப் போனாள். குழந்தைகளுக்குத் தேவையான ஆயத்த ஆடைகள், பொம்மைகள், பெண் குழந்தைகளுக்குத் தேவை யான அலங்காரப் பொருட்கள், காலணிகள் என நிறைந்திருந்தன

''முயல் முகம், வெள்ளைக் கலரு துணிலே செஞ்சது, வெள்ளைக் கலரு டீஷர்ட், பாட்டம்ஸ் இந்த பாப்பா ஸைஸுக்கு...'' ''மூன்றாவது மாடி'' என்றார் நுழைவாயிலில் இருந்தவர். 'லிப்ட்'டில் ஏற நிற்கும்போது மறுபடி மொபைல் ஒலித்தது. கண்ணன். ''நீங்க போங்க. நான் பின்னாலேயே வர்றேன்'' என்று சொல்லிவிட்டு வளாக வாயிலுக்கு நகர்ந்தான். மருந்து விற்பனையில் இந்த ஆளுடன் தொடர்பு இருந்ததாகவே நினைவில் இல்லை. மொபைல் ஒலி நின்றுவிட்டது அவன் வாயிலை நெருங்கும் முன். அவன் அந்த எண்ணை அழைத்தான். 'பிஸி'யாக இருந்தது. இரண்டு முறை முயன்றான். பிஸி. சற்று இடைவெளி விட எண்ணினான். அதற்குள் தங்கையின் அழைப்பு மொபைலில் வந்தது. ''அண்ணே மேல வா.'' மேலே

போனால் ஒரு முயல் முகமூடியுடன் குழந்தை காத்திருந்தாள். அவன் 'பொருத்தமாக இருக்கிறது' என்றவுடன் வாங்கினார்கள்.

அமைதியான ஒரு குடியிருப்புப் பகுதியில் இருந்தது அந்தத் தொலைக்காட்சி நிலைய வளாகம். வெளியே இரு சக்கர வாகனம் நிறுத்த இடம் இல்லை. பக்கத்துத் தெருவில்தான் இடம் கிடைத்தது. அங்கும் ஏகப்பட்ட வாகனங்கள். வந்து வளாகத்துக்கு உள்ளே நுழைய முயற்சித்தால் ஜனநெரிசல். 'அண்ணே' என்று ஒரு காவலாளி அருகில் இருந்து உள்வாயிலை ஒட்டி சுசீலா கையசைத்தாள். ஆனால் நகரவே வழியில்லை. மறுபடி மொபைல் ஒலித்தது. சுசீலாதான். ''அண்ணே. நீ வெளிலேயே இரு. நான் தேவையானா கூப்புடறேன்'' என்றாள். நல்ல வேலை செய்தாள். வியர்வையைத் துடைத்தபடி அவன் கார்கள் நிறுத்துமிடத்தில் இருந்த இடைவெளி ஒன்றில் நின்று கண்ணனின் எண்ணை முயன்றான். இம்முறை எடுத்தார். ''பாலகுமார். என்னை நினைவிருக்கா?'' என்றார்.

''நினைவில்ல ஸார். ஸாரி...'' என்றான்.

''கண்ணன் அட் ஏஜென்ஸின்னு... ஒரு வருஷம் முன்னாடி நீங்க ஜாபுக்கு அப்ளை பண்ணியிருந்தீங்க. 'ஃபுல் டைம்' வர முடியாதுன்னு சொன்னீங்க. யூ ரிமெம்பர்?''

''ஆமாம் ஸார்.''

''இன்னிக்கி முடிஞ்சா எங்க ஆபீஸுக்கு வர முடியுமா? ஒரு பார்ட் டைம் ஆஃபர் இருக்கு.''

''ஷ்யூர் ஸார். உங்க ஆபீஸ் லொகேஷனை கொஞ்சம் சொல்லுங்க.''

சுசீலாவிடம் சற்று நேரத்தில் வருகிறேன் என்று மொபைலில் அழைத்துச் சொல்லிவிட்டுக் கிளம்பினான். அடையாரில்தான் அந்த விளம்பர நிறுவன அலுவலகம் இருந்தது. அடையார் தபால் நிலையத்தை நெருங்கும்போதே எந்தக் குறுக்குத் தெரு என்பதும் நினைவுக்கு வந்துவிட்டது.

''நீங்க கான்ட்ராக்ட் பேஸிஸ்ல வேலை பண்ணுவீங்க. அதாவது நீங்க பிடிச்சுக் கொடுக்கற விளம்பரத்துக்கு ஏற்றதுபோல வரும்படி. எனக்கு 25% கமிஷன். உங்களுக்கு 10%...'' நேரடியாக விஷயத்துக்கு வந்தார் கண்ணன்.

''நான் பெரும்பாலும் ரூரல் ஏரியாவிலதான் டூர் பண்றேன் ஆஸ் அ மெடிக்கல் ரெப். என்ன மாதிரி விளம்பரம் பிடிக்கணும்?''

''பெரிய துணிக்கடைக்காரங்க, மொத்த வியாபாரம் செய்யறவுங்க, ஹாஸ்பிடல்ஸ், கம்ப்யூடர் டீலர்ஸ், ஸாஃப்ட்வேர் ட்ரெயினிங் சென்டர்ஸ்... இந்த மாதிரி நிறைய இப்போ ரூரல் ஏரியாவிலேயும் வந்துகிட்டு இருக்கு. ஆனா நாட்டு நடப்பைப் பாத்து 'க்விக்'கா பிடிக்கணும், ஃப்ளாஷ் பண்ற மாதிரி.''

''புரியல ஸார்.''

''பொதுத் தேர்தல், சினிமாக்காரங்க வீட்ல ரெய்டு, வேலை நிறுத்தம்னு பரபரப்பான சூழ்நிலை இருக்கறப்போ நிறைய பேரு பேப்பர் வாங்கிப் படிப்பாங்க. காத்துள்ளபோதே தூத்திக்கணும். இப்போ நிறைய ஃப்ளாஷ் ஆகும்னு விளக்கி ஒரே நாளில பிடிச்சு மறுநாள் வெளியாக முடியும், இன்டர்நெட் மூலமா. போன வருஷம் பிரபாகரன் இறந்துட்டாருங்கறதை யாருமே நம்பல. ரெண்டு மூணு நாள் பேப்பர் நல்ல சேல்ஸ். இதை விளக்கி நான் நிறைய விளம்பரம் புடிச்சேன். குறிப்பா விளம்பரத்தையும் ஒரு செய்தி மாதிரி எழுதி உள்ளே நுழைப்பாங்க. அதுக்கு கொஞ்சம் ரேட் அதிகம். ஜாயின் பண்ணுங்க. யூ வில் பிக் அப் ஸூன்.'' அவர் கொடுத்த ஒப்பந்தத்தில் கையெழுத்துப் போட்டுக் கிளம்பினான்.

தொலைக்காட்சி நிலைய வாயிலில் சுசீலாவும் குழந்தையும் காத்திருந்தனர். ''பாப்பா எப்பிடி பாடிச்சி?'' அன்புடன் வினவினான்.

''முகமூடியோட பாட முடியல அவளால. அதுனால தனியா பாட வெச்சி, முகமூடியோட ஆட வெச்சி ரெண்டையும் சேத்துட்டாங்க. பாக்கறவங்களுக்கு வித்தியாசமே தெரியாது.''

16

தோல் பை

அ**வள்** அழைப்பு மணியை அழுத்தினாள். வாயிற் கதவின் சாவியிலொன்று அவளிடம் கொடுக்கப்பட்டிருந்தது. இருந்தாலும் அழைப்பு மணிக்குப் பிறகு கதவு சற்று நேரம் திறக்காவிட்டால் தான் அவள் சாவியைப் பயன்படுத்துவாள்.

லிஃப்டின் கிறீச்சிடும் மின்சார மணி ஒலி தொடர்ந்து கேட்டபடி இருந்தது. லிஃப்டின் அருகே சென்று அதன் மடிபடும் கிராதிக் கதவைப் பின்னே இழுத்துப் பிறகு அறைந்து மூடினாள். ஒலி நின்றது. இன்னும் ஒரு நிமிடம் தாமதிக்கலாம். அந்த ஃப்ளாட்டின் வாயிற்கதவை ஒட்டிய ஜன்னல் மூடியிருந்தது. உள்ளே விளக்கெரியும் மங்கலான வெளிச்சம் தெரிந்தது.

முதல் நாள் இரவு நல்ல மழை. புடவை சேறாகியிருந்தது. உதறினாள். ஈரமண் உதிரவில்லை. அப்போதுதான் பெண்கள் அணியும் ஒரு ஜோடி தோல் செருப்பு கண்ணில் பட்டது. சற்று விலையுயர்ந்ததுதான். அந்த வீட்டுக்கு உரியதில்லை.

விடியற்காலை வந்து பாத்திரம் மட்டும் கழுவிப் போவது இன்று முடியவில்லை. மழையின்போது மின்சாரம் நின்று குழந்தைகள் தூக்கம் கெட்டு இவளும் சரியாகத் தூங்கவில்லை.

கதவைத் திறந்து, சாவியைப் பர்ஸுக்குள் வைத்து, பர்ஸை எப்போதும் கொண்டுவரும் வயர் கூடைக்குள் போட்டாள். சில நாட்களில் குப்பென்று அடிக்கும் சிகரெட் வாடை தணிந்து தெரிந்தது.

முதலில் தேய்க்க வேண்டிய பாத்திரங்களை ஊறப் போட்டால், வீட்டைப் பெருக்கித் துடைத்து, துணிகளை ஊறப் போட்டு, பாத்திரம் துலக்கி, இறுதியாகத் துணி துவைத்தால் நேரம் மிச்சம். யாரும் இருந்தாலும், இல்லாவிட்டாலும் இந்த வீட்டில் இப்படிப்பட்ட வரிசைச் சுதந்திரம் அவளுக்கு உண்டு. மற்ற வீடுகளில் வரிசை மாறி நேரம் வீணாகும்.

வரவேற்பறையைத் தாண்டி நடையில் வலது பக்கம் கழிப்பறையும் குளியலறையும் ஒன்று சேர்ந்ததான பாத்ரூம். அதே போன்று ஒன்று அறைக்குள்ளேயும் இருந்தது. சமையலறை யில் நுழையும் முன் காலைக் கழுவிக்கொள்ள வேண்டும் என்ற பாடம் இரண்டு வருடம் முன் வேலைக்குச் சேர்ந்த புதிதில் அவளுக்குக் கடுமையாக பழக்கப்படுத்தப்பட்டது இவ்வீட்டில். காலைக் கழுவும்போது பாவாடைக் கிழிசல் கண்ணில் பட்டது. பழைய பாவாடை ஒன்று கேட்டு வாங்க வேண்டும்.

பால்கனியில் இருந்த கால் துடைக்கும் தேங்காய் நார்த் தடுக்கில் சேற்றுப் புண் வலி இன்னும் அதிகமாய்த் துளைத்தது. களிம்பு போட்டுக்கொள்ள ஒழியயவில்லை.

சமையலறையில் பாத்திரம் கழுவும் பேசின் நிரம்பியிருந்தது. குவியலுக்கு மேலே பிடி வைத்த அலுமினிய டீ போடும் பாத்திரம். அதனுள்ளே டீ வடிகட்டி டீத்தூளுடன் இருந்தது. வடிகட்டியில் இளஞ்சூடு தெரிந்தது. அதைக் கீழேயுள்ள குப்பைத் தொட்டியில் கவிழ்த்தாள். குப்பைக் கூடையில் வெங்காயத் தோல்களும், வெண்டைக்காய்த் தலைகளும், கத்திரிக்காய்க் காம்புகளும், ரொட்டியைச் சுற்றி வரும் பிளாஸ்டிக் கவரும், பால் கவரும் கிடந்தன. குப்பைக் கூடைக்கு அருகே ஒரு டிபன் பாக்ஸில் எஞ்சிய சாதமும், ஒரு பாட்டிலில் கத்திரிக்காய் சாம்பாரும் இருந்தன, அவளுக்காக.

'கல்யாணந்தான் கட்டிக்கிட்டு ஓடிப் போலாமா?

ஓடிப் போயி கல்யாணந்தான் கட்டிக்கலாமா?'

திடீரென்று ரேடியோ சத்தம். அறைக்குள்ளேயிருந்து வருகிறது என்று தோன்றியது.

பேசினிலிருந்து குக்கரை முதலில் வெளியே எடுத்து, சிறிய கிண்ணங்கள், மதிய உணவு டிபன் பாக்ஸின் சகோதர பிளாஸ்டிக் டப்பாக்கள், கரண்டிகளை உள்ளே போட்டு, தண்ணீரை ஊற்றினாள். அடுப்பின் மேல் குடிநீர் கொதிக்க வைத்த பாத்திரம் இன்னும் சூடு ஆறாதிருந்தது. எவர்சில்வர் அடுப்பு நன்கு துடைக்கப்பட்டு, பளபளக்கும் கிரானைட் சமையல் மேடையில் அதன் பிம்பம் தெரிந்தது. சாமி ஷெல்ஃபில் முருகன் படத்துக்குப் பூப்போட்டு ஏற்றிய விளக்கு இன்னும் சுடர் விட்டுக் கொண்டிருந்தது.

அவள் திருமணமாகி சென்னைக்கு வந்த புதிதில் வீடுகளில் தேங்காய் நார்தான் பாத்திரம் தேய்க்க. ஆனால் அடுக்கு மாடிக் குடியிருப்புகளில் சாக்கடைக் குழாய் அடைத்துக்கொள்வதால் மெல்லிய நைலான் வயர் பிரஷ்கள் வந்துவிட்டன.

அடுப்பின் அருகே வெளிர் நீலப் பின்னணியில் சிவப்பு ரோஜாப் படம் போட்ட ரெக்ஸின் பை இருந்தது. பகலில் அது வீட்டில் இருக்காது. மதிய உணவு கொண்டுபோகும் பை ஆயிற்றே? ஜிப்பைத் திறந்து உள்ளே பார்த்தாள். எவர்சில்வர் டிபன் பாக்ஸ்ஸும் - குடி தண்ணீர் நிரம்பிய பாட்டிலும் இருந்தன. டிபன் பாக்ஸில் ஜாம் தடவி குறுக்கே வெட்டிய ரொட்டித் துண்டுகள். காலையில் சமைக்கவில்லைபோல. அவசரத்தில் இதுவும் விட்டுப்போய் விட்டிருக்கிறது.

ஒரு நிமிடம் ஹாலுக்குள் எட்டிப் பார்த்தாள். தோல் பை இல்லாவிட்டால் எளிய சமையலோ சமையலே இல்லாமலோ என்று நாள் ஓடும். ஆனால் தோல் பை இருக்கிறதே. ஷோ கேஸின் கீழே உள்ள ஷெல்ஃப் முழுவதையும் அடைத்தபடி அந்தத் தோல் பை வீற்றிருக்கிறது.

'ஒரு நிமிஷத்திலே தொண்ணூறு பழத்தை ஜூஸ் பண்ண முடியுங்க.'

'எப்படி ஸார்?'

'மூணு ஆரஞ்சை மிக்ஸியிலே போடுங்க...'

'ஸார்... நல்லாவே கடிக்கறீங்க. இந்தப் போட்டை யாருக்கு டெடிக்கேட் பண்றீங்க?' எஃப் எம் தொடர்ந்து அலறியது.

'காதல் பிசாசே... காதல் பிசாசே...'

சமையலறைக் கதவிடுக்கில் இருக்கும் பூந்துடைப்பத்தை எடுத்து ஹாலுக்குள் வந்ததும் அதை ஓரமாகக் கீழே போட்டாள்.

ஆங்கில தினசரி உணவு மேசை மீதும் தரையில் சில பக்கங்களுமாய் இறைந்து சிதறிக் கிடந்தது. இந்த குறைந்தபட்ச ஒழுங்கீனம் கூட பிற நாட்களில் இருக்காது. தோல் பை இருக்கும் நாட்களில் மட்டுமே எதாவது இடம் மாறியோ அலட்சியமாக எறியப்பட்டோ கிடக்கும்.

தினசரியின் முதல் பக்கத்தில் விபசாரத்துக்காகக் கைது செய்யப் பட்ட நடிகையின் படம் வந்திருந்தது. பத்திரிகையுள்ளே வண்ணங்களிலும் கோடுகளிலும் பல படங்கள் இருந்தன. பல பக்கங்களில் வெறும் ஆங்கில எழுத்துக்களே இருந்தன. ஒரே ஒரு படத்தின் உருவம் மட்டும் பிடிபட்டது. ஒரு பெண்ணின் படம். அவளின் நீளமான கூந்தல் முறுக்கிப் பாம்பாகப் படம் எடுத்தது. மார்பகங்களின் இடத்தில் ஒரு கைவிலங்கின் இரு பக்கக் காப்புகள். தொடைகளின் நடுவிலிருந்து தொடங்கிய சங்கிலி அவளின் கால்களைப் பிணைத்திருந்தது. அவள் தலை மீது ஒரு சிவலிங்கம்.

அந்தப் பத்திரிகையையும் அந்த லேடீஸ் பர்ஸையும் தினசரிக்கு மேலே பாரமாக வைத்தாள். அந்த பர்ஸ் இந்த வீட்டுக்கு உரியதல்ல. அந்தப் பத்திரிகையும்தான்.

ஆனால் அவள் வேலைக்குச் சேர்ந்த புதிதில் பால்கனியில் ஸ்கூலில் கரும் பலகை வைக்கும் மர ஸ்டாண்ட் போல ஒன்று இருந்தது. அதில் பெரிய வெள்ளை அட்டையில் இதே மாதிரி படங்களைப் பார்த்திருக்கிறாள். பால்கனியை அடைத்தபடி இருக்கும் அந்த ஸ்டாண்ட் மழை நாட்களில் உள்ளே ஹாலுக்கு வந்துவிடும். சில சமயம் துண்டு துண்டான பிளாஸ்டிக் போர்டுகளில் டூத் பேஸ்ட் விளம்பரமோ, முழுதாக எப்படி வரப் போகிறது அல்லது வேறெதுவோ என்று ஆவலைத் தூண்டும்படி வளரும். ஒரு முறை பால்கனியில் துண்டு துண்டாக வரைந்த தெல்லாம் இணைந்து மெயின் ரோடில் சினிமா விளம்பரமாக வந்ததைப் பார்க்க அவளுக்குப் பெருமையாயிருந்தது.

ஷூ ஸ்டாண்ட்டுக்குக் கீழே தரையில் கறுப்பு ஷூ - ஜோடி சாக்ஸ் பிதுங்கக் கிடந்தது. அதை உள்ளே வைத்தாள். ஷோ கேஸைத் தூசு தட்டிக் கீழே உள்ள தோல் பையை நகர்த்தும்போது அதன் கனம் தெரிந்தது.

பால்கனியில் இருந்த மரச் சட்டம், பெயிண்ட், பிரஷ் எல்லாம் இந்தத் தோல் பை வந்த பிறகு காணாமற் போய்விட்டன. இந்தப் பைக்குள் என்ன இருக்கிறது என்று அவளுக்குத் தெரியும்.

மருந்து மாத்திரைகள், குழந்தைகள் இருமலுக்கான டானிக், ஏன்? இன்று நேரம் ஒழிந்தால் போட்டுக் கொள்ளக் கொண்டுவந்திருக்கும் சேற்றுப் புண் களிம்பு கூட இதிலிருந்துதான் கிடைத்தது.

அக்கம் பக்க வீடுகளில் வேலை செய்யும் பெண்கள் கூட இவளிடம் கேட்டு நினைவுபடுத்தி மாத்திரைகள் வாங்கிக் கொண்டதுண்டு.

ஹாலைச் சுத்தம் செய்த கையோடு பழக்கம் காரணமாக அறைக் கதவின் மீது கையை வைத்தாள். உள்ளே தாளிட்டிருந்தது. பிற இடங்களில் பெருக்கி அள்ளியவற்றை சமையலறையில் உள்ள குப்பைப் பையில் போட்டு மறக்காமல் எடுத்துச் செல்ல அதை வாசல் கதவின் மீது சார்த்தி வைத்தாள்.

பாத்ரூமில் இருந்த சிறிய ப்ளாஸ்டிக் பக்கெட்டில் ஃபினாயில் துளிகளை விட்டுத் தண்ணீர் நிரப்பி துடைக்கும் துணியை அதில் அலசும்போது அறைக்குள் உள்ள பாத்ரூம் கதவு மூடும் சத்தம் கேட்டது. ரேடியோ சத்தம் மெலிதாயிருந்தது.

ஹாலைத் துடைத்து மின் விசிறியை இயக்கி நடையைத் துடைக்கும்போது அறை வாசலில் உள்ள ப்ளாஸ்டிக் குப்பைக் கூடையில் சிகரெட் பாக்கெட் தவிர ஒரு சிறிய அட்டைப் பெட்டி இருந்தது. ஆணுறை இருந்த டப்பா. இரவு விளக்கு எரிவது அறைக்கதவின் கீழ் இடைவெளி வழியே தெரிந்தது.

வாசல் மணி அடித்தது. இஸ்திரி. 'யாரும் இல்லே. பணம் அப்புறம் வாங்கிக்க' என்றாள். துணிகளை மேசை மீது வைத்தாள்.

துவைத்த துணிகளை பாத்ரூமிலேயே வடியவிட்டு பால்கனியில் காலை நீட்டி அமர்ந்தாள். இறங்கும் வெய்யில் பாதி பால்கனி வரை விழுந்திருந்தது. அதில் கால் விரல்களை விரித்துக் காட்டினாள். சேற்றுப் புண் களிம்பை விரலிடுக்குகளில் அப்பினாள்.

பக்கத்து வீட்டு பால்கனியில் காயும் துணிகளை வைத்து குடித்தனக்காரர்கள் மாறி இருப்பது தெரிந்தது.

பக்கத்து வளாகங்களுக்கிடையே சாலையில் அலையும் வாகனங் களும் ஆட்களும் தெரிந்தார்கள். ஒரு பிரம்மாண்டமான விளம்பர

போர்டில் மீசையில்லாத சினிமா நடிகர் செல்ஃபோனுடன். இன்னொன்று கார் விளம்பரம்.

நகரின் பல இடங்களிலும் இது போன்ற பிரம்மாண்டமான விளம்பரத் தட்டிகளை அவள் பார்த்திருக்கிறாள். மேம்பால உயரத்துக்குக் கூட அவை வருகின்றன.

ஒரு ஃபோட்டோவை எப்படி இவ்வளவு பெரியதாக்கு கிறார்கள்? முன்னர் பால்கனியில் வரையப்பட்ட மாதிரி துண்டு துண்டு போட்டோக்கள் எடுப்பார்களா? இல்லை அவ்வளவு பெரிய ஃபோட்டோ ஸ்டுடியோ இருக்கிறதா?

அவளுடைய அப்பா செத்துப் போனபோது அவளிடம் அவருடைய ஃபோட்டோ கூட இல்லை. அவள் கல்யாணத்தின் போது அவளை புருஷனுடன் மாலையும் கழுத்துமாய் ஸ்டுடியோவில் வைத்து ஒரு ஃபோட்டோ எடுத்தார்கள். அக்காள் கல்யாணத்தில் விருந்தினர் யாரோ எடுத்த குரூப் ஃபோட்டோவில் அப்பாவும் இருந்தார். அவரை மட்டும் பெரிதாக்க ஒரு ஸ்டுடியோவில் நூற்றி ஐம்பது ரூபாய் கேட்டான். அத்தோடு அது விட்டுப் போயிற்று.

வாசற் கதவை மூடும் சத்தம் கேட்டுக் கண் விழித்தாள். வெய்யில் இறங்கி இருந்தது.

அறைக்கதவு திறந்திருந்தது. உள்ளே யாருமில்லை. டீ குடித்துக் காய்ந்து போயிருந்த இரண்டு டம்ளர்களை எடுத்துத் தேய்த்தாள்.

அறையைப் பெருக்கும்போது கட்டிலுக்கு அடியிலிருந்து பூப்போட்ட கைக்குட்டை ஒன்று கிடைத்தது. அந்த வீட்டில் லேடீஸ் கர்ச்சீஃப் தனியாகக் கிடையாது. அந்தக் கைக்குட்டை யில் வீசிய மணம் கட்டிலின் மீதும் வீசுவதாகத் தோன்றியது. அதைக் கட்டிலின் மீது வைத்துவிட்டு அறையைத் துடைத்தாள்.

பால்கனியில் காய்ந்திருந்த துணிகளை மடித்து வைத்து பாத்ரூமில் தண்ணீர் வடிந்த துணிகளை பால்கனியில் காயப் போட்டாள்.

ஹாலில் மேசை மீதிருந்த பர்ஸ், பத்திரிகை, ஷூ ஸ்டாண்டில் இருந்த கறுப்பு ஷூ, தோல் பை எல்லாம் போயிருந்தன. இஸ்திரி செய்ததில் இருந்த ஆண் துணிகளும்.

சமையலறையில் தனக்கென வைத்திருந்த உணவை வயர் பையில் வைத்து மறு கையில் குப்பைப் பையை எடுக்கும்போது ஆணுறை பாக்கெட் அதற்குள் வைக்கப்பட்டிருந்தது கண்ணில் பட்டது. வீட்டைப் பூட்டி விட்டுக் கிளம்பினாள்.

லிஃப்டுக்கான பொத்தானை அழுத்த ஒரிரு நிமிடத்தில் அது வந்தது.

அதில் ஏறாமல் மறுபடி வீட்டைத் திறந்து அறைக்குள் நுழைந்து பூப்போட்ட கர்ச்சீஃபை குப்பைப் பையில் போட்டாள். தலையணையுறைகள், மெத்தை விரிப்புகளை உருவி பால்கனியில் உள்ள துவைக்க வேண்டிய துணிக்கான ப்ளாஸ்டிக் டப்பில் போட்டாள். சலவை செய்த தலையணையுறைகள், விரிப்புகள் ஒப்பனை மேசையின் கீழ் இழுப்பறையில் இருந்தன. படுக்கையைச் சரி செய்தாள்.

தரையில் அமர்ந்து குலுங்கிக் குலுங்கி அழுதாள்.

●

('கனவு' இலக்கிய இதழ் எண் 47/48 - அக்டோபர் 2004ல் வெளியானது.)

17

துண்டிப்பு

ஞாயிற்றுக் கிழமை எழுந்து வெகு நேரம் ஆனாலும் மொபைலை எடுக்கவேண்டிய அவசியம் இருக்காது. சில சமயம் இன்னொரு ஃபோனிலிருந்து அழைப்பு கொடுத்து அதைக் கண்டுபிடிக்க வேண்டி இருக்கும். இன்று முதல் வேலையாக அதை எடுத்தான். கவனமாக இரவு தலைமாட்டி லேயே வைத்துப் படுத்தது சுளுவாக எடுத்துப் பார்க்க வசதியாக இருந்தது. எதிர்பார்த்தது போலவே குறுஞ்செய்தி இருந்தது. இன்று முதல் வேலையாக அதைச் செய்ய நினைவூட்டல். இன்று எப்படி இருந்தாலும் அதைச் செய்தாக வேண்டும்,

நேற்று புரசைவாக்கத்தில் அலைந்து ஒவ்வொன்றாக வாங்குவதில் இருந்த பெரிய சவால் காரை எங்கே நிறுத்துவது என்பதுதான். பல தெருக்களில் அலைந்து ஒரு வழியாக ஒரு இடம் கண்டு நிறுத்திய பிறகு பாத்திரக் கடையில் வாங்க வேண்டியதை வாங்கி முடித்தபோதுதான் இன்னும் சாமி படம், மளிகை என இன்னும் இரண்டு பட்டியல் இருப்பது நினைவுக்கு வந்தது. பாத்திரக் கடையில் கால் துடைக்கும் மிதித் தடுக்கு, ப்ளாஸ்டிக் வாளி, மக், கழிப்பறை சுத்தம் செய்யும் ப்ரஷ்,

பாத்திரம் தேய்க்கும் ப்ரஷ், இரு ஆளுக்கு சமைக்க, சாப்பிடத் தேவையான பாத்திரங்கள், இண்டக்ஷன் ஸ்டவ் என நிறையவே சேர்ந்துவிட்டது. அடுத்த கடைக்குப் போகும் முன் இதைக் காரில் வைத்துவிட்டுப் போவதே சரிப்படும். கடைக்காரர் கார் வரை பொருட்களை வைக்க ஒரு பையனை அனுப்பி உதவினார். காரில் பின் ஸீட் முழுக்க இவையே நிறைந்துவிட்டன. இரவு இத்தனையையும் செய்து திரும்ப நேரமானதால் வேறு எங்கும் குடும்பத்தோடு போக வாய்ப்பு எழவில்லை.

அவன் காலைக் கடன்களை முடிப்பதற்குள் ஒரு முறை அழைப்பு வந்து மிஸ்ட் காலாக மொபைலில் பதிவாகி இருந்தது. நாசூக்குகள் எப்போது எதற்காகப் பயன்படுத்தப்படுகின்றன? கடைப்பிடிக்கப் படுகின்றன? எப்போது மரிக்கின்றன? கையிலுள்ள நேரம் மிகவும் குறைவு. ஒவ்வொருவராக எழுந்தால் இது தடைபடும். பிறகு மொபைலின் நெருக்கடி உச்சகட்டத்துக்குப் போய்விடும்.

கார் சாவியைத் தேடும்போதுதான் அது கால் சராய்க்குள் இருப்பது நினைவுக்கு வந்தது. நல்ல வேளை பர்ஸ் அதனுடனேயே இருந்தது. செக்யூரிட்டி முகப்பு வாயிலில் இல்லை. அடுக்குமாடி வளாகங்களில் தரும் சம்பளத்துக்கு அவர்கள் அவ்வப்போது கண்ணில் தென்படுவதே பெரியதாக நினைக்க வேண்டும். அவனே கதவைத் திறந்து காரை வெளியே எடுத்துப் பிறகு வாயிலின் கிராதிக் கதவுகளை மூடிவிட்டு காரைச் செலுத்தினான். கொஞ்ச நேரத்திலேயே பெட்ரோல் மிகவும் குறைவாக இருக்கிறது என்று 'பீப்' ஒலி நினைவுபடுத்தியது. நேற்று இரவு வீட்டை நெருங்கும்போதே அது நினைவூட்டியது. அப்போது இருந்த மனச் சோர்விலும் களைப்பிலும் அதைப் புறந்தள்ளுவதே சரியான முடிவாக இருந்தது.

மாதவரத்திலிருந்து கொடுங்கையூர் செல்லும் வழியில் பைபாஸ் குறுக்கிட்டது. அதைத் தாண்டி வண்டியைச் செலுத்தி கொடுங்கையூரில் நுழைவதும் எளிதாக இல்லை. பிரதான சாலைக்கு வலப் பக்கம் போக வேண்டும். மனோவேகத்தில் அதற்கான திருப்பத்தைத் தாண்டிப் போய்விட்டான். திரும்ப வந்து குடியிருப்பைத் தேடுவதற்குள் பதற்றம் அதிகமாகி இருந்தது. வளாகத்தில் செக்யூரிட்டி இருந்தார். ஆனால் வாயிலி லேயே காத்திருப்பதாகச் சொன்ன புரோக்கர் வரவில்லை.

நேற்று இரவு பத்து மணிக்கு தன் வீட்டுக்குள் நுழைவதற்கு முன்பு செய்த டெலிஃபோன் கால் அந்த புரோக்கருக்குத்தான். என்ன பயன்? மறுபடி அவனை அழைக்க எண்ணி மொபைலைத் தேடினான். காரை ஓரமாக நிறுத்தித் தேடினான். அது உடைக்குள் இல்லை. அவ்வாறெனில் வீட்டில் விட்டுவிட்டு வந்துவிட்டான். ஒரு கணம் அடிவயிற்றில் கொக்கிபோல ஓர் அதிர்ச்சி வந்து போனது. சைலன்ட்டில்தான் இருகிறது. ஆனாலும் அது போதாது. 'இன்கமிங்' வரும்போது பளிச்சிடுமே? இரண்டாம் தளத்தில் உள்ள ஸிங்கிள் பெட்ரூம் ஃப்ளாட்டை வாடகைக்கு ஒப்பந்தம் செய்தாகிவிட்டது. புரோக்கர் வரும் வரை சாமான்களை எங்கேனும் வைக்க முடியுமா என்று கேட்டபோது அந்த செக்யூரிட்டி மறுத்துவிட்டார். அவருடன் மன்றாட இயலாத கௌரவம் தவிர்த்து வீட்டில் விட்டுவிட்டு வந்த மொபைல் விரட்டியது.

பதற்றம், இதயத் துடிப்பு இன்னும் அதிகரிக்க அவன் திரும்ப பிரதான சாலையில் நுழையும்போதுதான் உடனடியாக பெட்ரோல் நிரப்ப வேண்டிய கட்டாயம் புரிந்தது. கொடுங்கையூர் வழியே நிறைய போயிருக்கிறான். ஆனால் பெட்ரோல் நிரப்பியதில்லை. கொஞ்ச நேரம் அலைபாய்ந்ததில் விசாரித்ததில் வழி சொல்வோரின் வார்த்தைகளில் மனதைக் குவிக்க இயலாத அளவு பதற்றம் அதிகரித்திருப்பது புரிந்தது. பெரம்பூரில் எங்கே உள்ளது என்று தெரியும். காரை விரட்டும் போது ஒரு சைக்கிள்காரர் கிட்டத்தட்ட மோதி விழுந்தார். திரும்பிப் பார்க்காமல் மேலே விரைந்தான். மொபைலில் 'இன்கமிங்' வந்திருந்தால் வேறு வினையே வேண்டாம்.

பெட்ரோல் நிரப்பி வீடு போய்ச் சேரும் அரைமணி நேரமும் இது வரை எடுத்த நடவடிக்கைகள் ஏற்பாடு எல்லாம் நினைவுக்கு வந்து போயின. சிறு வயதில் நிறைய இது போன்ற பதற்றங் களுக்கு இடமிருந்தது. இப்போது ஏனோ நெருடலும் பதற்றமும் பன்மடங்காகவும் வலி அதிகமாகவுமிருக்கிறது.

வளாகத்துக்குள் காரை நிறுத்தி லிஃப்டில் ஏறும்போது செக்யூரிட்டி வெளியேறினார். இந்த வளாகத்திலேயே பின் பக்க மோட்டார் அறையில் இதை வைக்கச் சொல்லி ஏற்பாடு செய்யலாம். ஆனால் இப்போது அவகாசமில்லை. வீட்டுக் கதவை சாவி போட்டுத் திறக்க முற்பட்டபோதுதான் உள்ளே தாளிட்டிருப்பது புரிந்தது. மணியை அழுத்தியதும் சில

நொடிகள் கடந்து மனைவி கதவைத் திறந்தாள். 'எங்க போயிட்டீங்க காலங்காத்தால?' என்றாள். 'பெட்ரோல் போட போனேன். பெரம்பூர் வரை போகவேண்டியதா போச்சு' என்றான். கண்களால் துழாவியபோது மொபைல் ஸோபா மீது தென்பட்டது. புரோக்கரின் மிஸ்ட் கால் இருந்தது. அவனை இப்போது அழைக்க சூழ்நிலை ஒத்து வராது. அடுத்த அழைப்பைக் கண்டதும் அடிவயிற்றில் கொக்கியாய் மீண்டும் அதே பதற்றம். உடனே துண்டித்தான்.

18

குரல்

மின்சார வண்டித் தொடர் ரயில் நிறுத்தத்தை விட்டுக் கடந்து நீங்கிய பின் அவன் தண்டவாளங்களைக் கடந்து, சரிவும் மேடுமாய் இருந்த பாதையைத் தாண்டி நெடுஞ்சாலையை அடைந்தான். வெளிச்சமும், விரைவும், ஓசையுமாய் கனரக வாகனங்கள், பேருந்துகள், கார்கள் இடைவிடாது சென்று கொண்டிருந்தன. இரவில் நெடுஞ்சாலையைக் கடப்பது கிட்டத்தட்ட தற்கொலை முயற்சி போன்றதுதான். ஆனாலும் கடைசி வண்டியைப் பிடிப்பதே பழக்கமாகிவிட்டது.

ஏதோ நினைவு வந்தவன்போல வளைவு வரை ஓரமாகவே நடந்தான். வளைவில் ஏதேனும் ஒரு வாகனம் திரும்ப எத்தனிக்கும்போது பாதி சாலையையோ அல்லது சாலை முழுவதையுமோ கடப்பது எளிது. ஒரு லாரி சாலை மத்தியில் நின்று திரும்பும் தருணம் பார்த்துக் காத்திருந்தது. அப்போதும் வண்டிகளின் வேகம் குறைந்தபாடில்லை. ஓரிரு நிமிடங்களில் இன்னொரு லாரியும் அதனுடன் இணையாக நின்று சாலையின் பெரும்பகுதியை அடைத்தபோது அவன் கையைக் காட்டிய படியே ஓடிச் சென்று பாதி சாலையைக் கடந்து முடித்தான்.

உண்மையில் மறு பாதி சாலையைக் கடந்து சென்று வீட்டுக்குச் செல்லும் உற்சாகம் எதுவும் அவனிடமில்லை. சரி, அப்படியே வீட்டுக்குப் போகவில்லையென்றால் வேறு எங்கே போவது? இதற்கு விடை பல காலமாகக் கிடைக்காததால் அவன் வீட்டுக்குச் செல்லுவதை ஒரு வழக்கமாக வைத்திருந்தான். வழக்கம் என்னும் வார்த்தைக்குள்ளேயோ அது ஒரு சடங்கு என்பதுபோல எளியதாகவோ இல்லை வீட்டுக்குப் போவது. வீட்டுக்குள் நுழைந்தவுடன் தேசல் ஸோப்புக்கு பதிலாக புது ஸோப் வாங்க நினைத்தது, அல்லது புது பேஸ்ட் வாங்க மறந்தது நினைவுக்கு வரும். நான்கு நாட்கள் இதேபோல் ஆகி வீட்டுக்குள் நுழைந்தவுடன் மறுபடி வெளியே கிளம்பிப் போய் வேண்டியதை வாங்கி வந்த தருணங்கள் அநேகம்.

ஒருவழியாக சாலையைக் கடந்து வீட்டுக்குச் செல்லும் பாதையை எட்டியபோது தூறலாகத் தொடங்கிய மழை வலுத்தது. தொப்பலாக நனைந்து வீட்டை நெருங்கினால் மின்சாரம் வேறு தடைபட்டிருந்தது. மிகுந்த யத்தனத்திற்குப் பிறகு வெளிக் கதவுப் பூட்டை சாவி போட்டுத் திறந்தான்.

உள்ளே நுழைந்து உடை மாற்றி தலை துவட்டி மெழுகுவர்த்தியைத் தேடி எடுத்து ஏற்றி, வாங்கி வந்த பொருட்களைச் சரிபார்த்து ஒழுங்கு செய்து ஒரு கோப்பைத் தேநீர் தயாரிக்கத் துவங்கும் வரை ஒரே அமைதி. அவனுக்கே ஆச்சரியமாகவும் ஓரளவு பதற்றமாகவும் இருந்தது. தேநீருக்கான பாத்திரத்தை அடுப்பில் ஏற்றி முடித்தவுடன் அவளது குரல் கேட்க ஆரம்பித்துவிட்டது ''நீ இன்று அவளுடன் தொலைபேசியில் கூட பேசவில்லை. என்ன ஆகிவிட்டது?''

''பண்பட்ட முறையில் நடந்து கொள்வது என்று ஒன்று உண்டு'' அவன் ஆங்கிலத்தில் பதிலளித்தான். ''பண்பாட்டைப் பற்றி ஏற்கெனவே நாம் பேசி நீ உன் தோல்வியை ஒப்புக்கொண்டு இனி பேசுவதில்லை என்று ஒப்புக் கொண்டிருக்கிறாய்'' என்றாள் அவள்.

''இங்கிதம் என்பதே உனக்கு தெரியாதா?'' மழையின் இரைச்சலை மீறி அவன் கத்தினான். நல்லவேளை, பதில் உடனே வரவில்லை. அவன் தேநீர் கோப்பையுடன் அமர்ந்தான்.

''இங்கிதம் இருக்கட்டும். அவளுக்கு ஏற்படப் போகும் நன்மை தீமையை சீர்தூக்கிதான் நீ அவளுடன் பழகுகிறாயா?'' குரல் இப்போது ஆங்கிலத்தில் வந்தது.

''இதோ பார். ஒரு ஆணும் பெண்ணும் பழகுவதை ஆராயும் உரிமையை நீயாக எடுத்துக் கொள்ளாதே...''

''ஏன் கூடாது? உன்னிடம் என்ன பேசுவது எப்போது பேசுவது என்பது என் தேர்வாகதான் இருக்கிறது என்பதை நீ ஏற்கெனவே அறிவாய். உலகமே கண்ணில் படும் எந்த ஒரு ஆணின் பெண்ணின் உறவு பற்றி ஆர்வமும் அதை விவாதிப்பதில் ருசியும் காட்டுகிறது என்பது தெளிவு. எனவே நானும் நீயும் இப்போது அதைப் பற்றி அளவளாவுவோம்.''

'இதைப் பற்றி பேசுவோம் அதைப் பற்றி பேசுவோம்' என்று தொடங்கி அவள் பேச்சைத் தொடர்வது முடிவற்று எந்தக் கட்டுப்பாடுமற்ற வன்முறையாகப் போய்க் கொண்டிருக்கிறது. எதை எடுத்தாலும் சங்கிலித்தொடர்போல் பேச்சு. பேச்சுக்குமேல் பேச்சு. வல்லடி வம்பிழுப்பதுபோல. இன்றைக்கு விடக் கூடாது.

''என்ன யோசிக்கிறாய்?'' அவளது குரல்.

''இந்த அபத்தம் மிகுந்த கேள்வியை பல அரைவேக்காடுகள் கேட்டபடிதான் இருக்கிறார்கள்.''

''நல்லது. அப்போது நான் மட்டும் ஏன் கேட்கக் கூடாது?''

''நீ தான் பெரிய புத்திசாலிபோல பேசுகிறாயே...''

''பெண் குரலில் நீ புத்திசாலித்தனத்தை வரவேற்பதில்லை என்பது எனக்கு தெரியும்.''

''முதலில் ஒரு குரலாகவே நீ இயங்கி என்னை அச்சுறுத்தி உன் குரூர ஆசைகளை நிறைவேற்றிக்கொள்ளப் பார்க்கிறாய் என்பதை ஒப்புக்கொள்.''

''ஒருவரை குற்றம் சாட்டி மட்டம் தட்டி அவரது தன்னம்பிக்கையை இழக்கச் செய்து பின் உன் தரப்பை நிலைநாட்டிக் கொள்வது வேறு எங்கேனும் எடுபடலாம். என்னிடம் இல்லை.''

''பேச்சை மாற்றாதே. நீ யார்? உனக்கு தைரியம் இருந்தால் நேரே வா. குரலாகவே வந்து குரூரம் செய்வது கேவலம். ஆம். சரியான வார்த்தை அதுதான். கேவலம்.''

''முட்டாள். குரல் என்று ஒரு ஒலிதான் இருக்க வேண்டுமா... குரல் என்று ஒரு இருப்பு ஏன் கூடாது?''

அவன் மௌனமானான்.

‘‘சொல். ஏன் கூடாது?’’

‘‘இதோ பார். திரும்பத் திரும்ப நீ வல்லடி வழக்கு அல்லது இடக்குப் பேச்சு பேசி விபரீத விளையாட்டு விளையாடுகிறாய்... பொறுப்பற்ற நிலையில் செய்யும் குரூர சேட்டை உன்னுடையது.’’

‘‘பொறுமையிழக்காதே. நான் கேட்கும் கேள்விகளுக்கு பதில் சொல்.’’

‘‘கேட்டு விடு. வேறு வழியே இல்லை. இன்று இரவு தூங்கி நாளைக்கு நான் வேலைக்கு போக வேண்டும்.’’

‘‘மழை என்பது என்ன?’’

‘‘அற்பமான கேள்வி. உன்னைப் போன்றே அற்பமானது. மழை என்பது வானிலிருந்து பொழியும் நீர்.’’

‘‘அது மட்டும்தானா அது? வேறு எதுவுமே இல்லையா?’’

‘‘இல்லை.’’

‘‘எப்படி சொல்கிறாய்? குளத்தை அல்லது ஏரியை நிறைக்கும் போது அது குளமாகவோ ஏரியாகவோ ஆகவில்லையா?’’

‘‘சரி. ஓரளவு சரி.’’

‘‘இன்னும் முடியவில்லை. குளிர்ச்சிக்கு வடிவம் உண்டென்றால் அதில் மழை நீரும் ஒன்று. ஒப்புக் கொள்கிறாயா?’’

‘‘அதனால் என்ன?’’

‘‘பொறு. ஒரு ஊரையே கழுவி விடும் தோட்டி வேலையையும் மழை மட்டுமே செய்ய இயலும். அதன் இன்னொரு வடிவம் தோட்டி. புரிகிறதா?’’

‘‘நீ என்ன சொல்ல வருகிறாய்?’’

‘‘நீ அடிக்கடி பார்க்கும் மழை நீரின் பல வடிவங்களையே நீ அவதானித்ததில்லை. ஒரு குரல் என்னும் இருப்புடன் ஒரு ஜீவிதம் இருக்க முடியாது என்று எப்படி முடிவு செய்கிறாய்?’’

''என்ன பம்மாத்துகிறாய். ஒலி என்று சொல். ஒப்புக் கொள்கிறேன். குரல் என்பது ஒரு மனித ஜீவனின் திறன்களுள் ஒன்று. எனக்கு காது குத்தியாகிவிட்டது.''

''உன் வழிக்கு வந்தே பேசுகிறேன். நீ கடைசியாக எப்போது ஒரு பெண்ணை புணர்ந்தாய்?''

எரிச்சலில் அவனுக்கு நாடி நரம்புகள் துடித்தன. உணவு மேசையில் ஓங்கிக் குத்தினான்.

அவனை மேலும் உசுப்பேற்றுவதுபோல் ''இதெல்லாம் என்னிடம் எடுபடாது. நான் உன் மனைவியை எப்போது புணர்ந்தாய் என்று கேட்டால்தான் நீ யோசிக்க வேண்டும். ஒரு பெண்ணை எப்போது புணர்ந்தாய் என்றுதானே கேட்கிறேன். சொல்.''

வேறு வழியில்லை. இந்த நாளுக்கான குரூரம் முடியாமல் அது ஓயாது. ''சென்ற வாரம்.''

''அப்போது உனக்கு முழு திருப்தி கிடைத்ததா?''

''ஆமாம்.''

''அவளுக்கு?''

''இருந்திருக்கும்.''

''பொதுப்படையாக சொல்லாதே. இருந்ததா?''

''தெரியாது. இருந்ததாகவே பட்டது.''

''அதை விடு. அவளுக்காவது தனது நிறைவு மனமும், நம்பிக்கையும், உடலும் இணையும் ஒரு புள்ளியில் உள்ள பெண்வடிவத்தின் நிறைவு உணர்வு அது என்று தெரியுமா?''

''பெண்கள் சம்பந்தப்பட்டதை என்னிடம் ஏன் கேட்கிறாய்?''

''அப்படி வா வழிக்கு. அப்போது அதில் உன் நோக்கமெல்லாம் உன் சம்பந்தப்பட்டதாகவே இருந்தது இல்லையா?''

கதவை யாரோ ஓங்கித் தட்டும் ஒலி கேட்டது. ''நான் கதவை திறக்கவேண்டும்.''

''நில். தப்பிக்காதே. பதில் சொல்.''

''அம்மா, தாயே... நீ குறிப்பிடுவதைப் பற்றி நான் புத்தகங்களில் எப்போதோ படித்திருக்கிறேன். ஆனால் நடைமுறையில் எந்த

இருவரும் இதைப் பற்றி யோசிப்பதோ விவாதிப்பதோ இல்லை.''

கதவைத் தட்டும் ஒலி தொடர்ந்தது.

''ஒரு பெண்ணின் வடிவம் அந்தப் புள்ளியில் பெயர், உடல், உறவு இவற்றைத் தாண்டி தனி இருப்பாக நிற்கிறது இல்லையா?''

''தெரியாது என்று சொன்ன பிறகும் நீ என்ன எதிர்பார்க்கிறாய்?''

''கலவி முடிந்ததும் கூடியவளின் முகத்தை குறிப்பாக கண்களை நீ உற்றுப் பார்த்திருக்கிறாயா?''

''நேர்மையாக சொல்வதென்றால் இல்லை.''

''எனவே நான் குறிப்பிடும் அந்தப் புள்ளியில் உள்ள வடிவம் அல்லது இருப்பு அருபமானது. ஆனால் அது ஒரு திறனில்லை. ஒரு இருப்பு.''

''நீ குறிப்பிடுவது மிகவும் சூட்சமமானது. நிறைய நான் யோசிக்க வேண்டும்.'' கதவு மிகவும் பதற்றமாகத் தட்டப் பட்டது. அவனுக்கு என்ன செய்வது என்று புரியவில்லை.

''அதே போன்ற இருப்புதான் என்னுடையதும். ஒரு பெண்ணின் வடிவம் உன் அளவிகளுக்குள் அடங்க வேண்டும் என்னும் மனப்பாங்கை மாற்றி யோசி. புரியும்.''

அவன் பதில் ஏதும் சொல்லாமல் கதவைத் திறந்தான்.

''கரண்ட் கட், பெல் அடிக்கலே. மழை சத்தத்திலே என் குரல் கேக்கலயா? நீங்க யார் கிட்டேயோ ஃபோன்ல பேசறது எனக்கு கேட்டுச்சே?'' அவனது பதிலை எதிர்பாராமல் அவன் மனைவி அறையில் புகுந்து கதவைத் தாளிட்டுக் கொண்டாள். மின்சாரம் வந்தது. வரவேற்பறைத் தரையில் சகதி சேர்ந்த காலடிச்சுவடுகள் அவனுடையதா அவளுடையதா என்று பிரித்தறிய முடியவில்லை. மழை வலுத்தது.

சற்று நேரத்தில் அவன் மனைவி தலையைத் துவட்டியபடி அறையிலிருந்து வெளியே வந்தாள். ''உனக்கு வேற வடிவம் உண்டா?'' அவன் ஆங்கிலத்தில் வினவினான்.

''என்னது?'' என்றாள் அவள் குழப்பமாய்.

தமிழில் அதை மறுதலித்தான். அவள் அவனை ஒரு கணம் விசித்திரமாகப் பார்த்து தலையிலடித்தபடி சமையலறையில் நுழைந்தாள். குரல் இப்போது சிரிப்பாகக் கலகலத்துத் தொடர்ந்து ஒலி உயர்ந்தபடியே உச்சமானது. நிற்கவே இல்லை.

அவன் காதுகளைப் பொத்தியபடி கதவைத் திறந்து ஓடி கொட்டும் மழையில் சென்று நின்றுகொண்டான்.

19

சிறை

மேலே திடீரென விழுந்து ஊர்ந்த கரப்பானைத் தட்டிவிடும் முயற்சியில் மாடத்தில் இருந்த குளிக்கும் சோப்பு டப்பாவுடன் கீழே விழுந்தது. அவனுக்கு வியர்த்தது. இருள் சூழ்ந்த நிலையில் அடுத்த அடி எடுத்து வைக்கும்போது சோப்பு வழுக்கிவிடுமோ என்று ஐயமாயிருந்தது. தட்டுத் தடுமாறி வெஸ்டர்ன் கம்மோடின் மீது அமர்ந்தான். ஏன் இப்படி நிகழ்கிறது? குளியலறையில் நுழைந்தபோது கதவைத் திறந்து தானே வந்தேன்? மின்விளக்கும் எரிந்ததாகவே நினைவு. இப்போது வெளிச்சம் இல்லாதது மட்டுமே சவால் என்று தோன்றிற்று. மின்சாரம் தடைபட்டிருக்கலாமோ? அவ்வாறெனில் அடுத்த கேள்வி மின்சார விளக்கு உள்ளே வரும்போது இருந்ததா இல்லையா என்பது. உண்மையில் இத்தகைய கேள்விகள், தருக்கத் தோண்டல் எதுவுமே தேவையில்லை. இவைகள் எந்த அறுதியான தீர்வுகளையும் நோக்கித் தன்னை இதுவரை நகர்த்தவில்லை என்பதே அனுபவம். இந்தத் தெளிவு சற்று ஆசுவாசமாக இருந்தது.

டென்னிஸ் பால் வைத்து கிரிக்கெட் விளையாடிய பிள்ளைப் பருவ நாட்களில் பாதி நேரம் எங்கேயோ எகிறி ஓடிய பந்தைத்

தேடுவதிலேயே நேரம் கழியும். நாலாப் புறமும் கலைந்து பந்தைத் தேடி ஓடிய நண்பருள் தான் ஒருவனாக இருந்தே இல்லை. அதே சமயம் அவர்கள் கிண்டலடிப்பார்கள் என்று ஏதேனும் ஒரு சந்தில் பதுங்கி இருந்துவிட்டு சற்று நேரத்தில் அவர்கள் பந்து கிடைத்த உற்சாகத்துடன் குரல் கொடுக்கும் போது போய்ச் சேர்ந்துகொள்வான். பந்தை அடித்து விளையாடும் வாய்ப்புக்காகப் போட்டியிட்டு சண்டையிடாமல், அவர்களுடன் ஒன்றாயிருப்பது மட்டுமே இலக்காக இருந்ததால் குழுவில் ஒருவனாகத் தன்னைச் சேர்த்துக்கொண்டார்கள். இது போன்ற நினைவு கூறல்களே தன்னைத் தனக்கே மீட்டுத் தருகின்றன.

கம்மோடை விட்டு எழுந்து சற்றே முன்னால் நகர்ந்து எதிர்ப்பட்ட சுவரைக் கைகளால் உணர்ந்தான். பக்கவாட்டுகளில் நகர்ந்து தொட்டு உணர்ந்தபடியே சென்றான். ப்ளாஸ்டிக் வாளி காலில் உதை பட்டு உருண்டது. கவனம் சிதறாமல் தொடர்ந்து சென்று ஒரு மூலையை உணர்ந்தான். அதேபோல் மற்றொரு மூலை. மற்றொன்று. இறுதியில் கம்மோடின் மீது மோதி நின்றான். இப்போது தெளிவாகிவிட்டது. நாலாப் பக்கமும் சுவரே இருந்தது. கதவு ஏதும் இல்லை. மீண்டும் கம்மோடின் மீது அமர்ந்து ஆழ்ந்த மூச்சு ஒன்று வாங்கினான். இந்தத் தெளிவு மிகவும் அவசியம். இங்கே நான்கு சுவர்கள் மட்டுமே இருக்கின்றன. கதவு ஏதும் இல்லை. இப்படி யதார்த்தத்தைப் புரிந்துகொண்டு அதை எதிர்கொள்வதில்தான் ஒரு வலிவான ஆளுமையின் சிறப்பு உள்ளது.

அக்காவின் திருமண ஏற்பாடுகள் எதிர்பார்த்த வேகத்தில் நகராதபோது, தனக்கு 'கேம்பஸ் செலக்ஷன்' நிகழாதபோது அப்பா அவற்றை யதார்த்தம் என்று எதிர்கொள்ளவில்லை. அன்னியமான ஒரு துக்க நிகழ்வாக எண்ணி பொறிக்குள் எலியாகத் தவித்தார். இப்போது இங்கே இருந்திருந்தால் எந்தப் புரிதலும் அவரிடம் இருந்திருக்காது. அம்மாவால் பணப் பிரச்சனையோ, எதிர்பாராத துக்கமோ, இழப்போ எதையும் எதிர்கொள்ள எளிதாக இயன்றது. அம்மாவுக்கு வீட்டுக்குள்ளேயே அடைந்து கிடப்பதில் எந்தக் கழிவிரக்கமும் இருக்கவில்லை. வெளியில் வேறு உலகம் இருப்பதே அம்மாவுக்கு ஒரு பொருட்டில்லையோ என்று தோன்றும். எப்போதாவது வெகு அபூர்வமாக குடும்பத்துடன் வெளியே போகும்போதும்

அம்மாவிடம் பெரிய உற்சாகம் இருக்காது. அமைதியாக எடுத்துச் சென்ற பணம், வாங்கிய வாங்க வேண்டிய பொருட்கள் மீதே கவனமாக இருப்பாள். காலையில் மொபைல் ஃபோனில் பேசும்போது போன மாதம் அந்த நினைவில் நிற்கும் இரவில் இருவரும் இருந்த உணர்ச்சி ஆரோகண அவரோகணங்கள் பற்றிப் பேசியபோதும் சிறு மௌனத்திற்குப்பின் வேறு பேச்சே பேசினாள்.

கம்மோட்டின் மூடியைப் போட்டு அதன் மீது கவனமாக ஏறி நின்றான். இடது கைப்பக்கம் மேலே சாளரம் இருக்க வேண்டும். தடவினான் யூகமாக. சாய்வு கோணத்தில் வரிசையாக வைக்கப் பட்டிருந்த மறைப்புக் கண்ணாடித் துண்டுகள் கையில் பட்டன. காற்று ஏனோ உணரப்படவில்லை. கண்ணாடிகளை உருவி வெளிச் செல்ல வழி கிடைக்கலாம். ஒரு கண்ணாடியை உருவினான். மறு கையை வெளியில் நீட்ட முயன்றபோது இரும்புக் கிராதிக் கம்பி தென்பட்டது. உருவிய கண்ணாடியை அங்கேயே வைத்தான். இப்போது ஒரே ஒரு சாத்தியம் மட்டுமே இருக்க இயலும். மேற்கூரையில் ஏதேனும் வழி இருக்க வேண்டும். அப்படி இருந்தால் சிறு வெளிச்சமோ அல்லது நட்சத்திரங்களோ தென்பட வேண்டுமே... இல்லையே. இதை இன்னும் ஆழ்ந்து அவதானிக்க வேண்டும். கம்மோட்டின் மீது மறுபடி அமர்ந்தான்.

20

நிழல்

வீட்டில் இருப்பது, களத்தில் இருப்பது, அலுவலில் முனைவது, அலுவலகம் செல்வது இவை யாவுமே வெவ்வேறானவை. கவனம் மட்டுமே தொடர்ச்சி உள்ளது. இதையெல்லாம் பழகிக்கொள்ள எடுத்துக் கொள்ளும் கால அவகாசம் குறைவாக இருக்கும்போது வெற்றிக்கான இடைவெளி குறைகிறது.

குழந்தையின் அறை, மற்றொரு படுக்கை அறை, ஹால் கிட்டத்தட்ட எல்லா இடத்திலும் துணிகள், நோட்டுப் புத்தகம் அல்லது புத்தகம், ஸ்பூன், உதிரியான உணவுத் துணுக்குகள் என விதம் விதமான குப்பைகளாய், பார்க்கச் சகிக்க இயலாது இருந்தது. ரவிக்கு இவற்றைப் புறக்கணித்து கைவசமுள்ள வேலையைக் கவனித்து மேற்செல்லும் கலை பழகி இருந்தது.

காரை சர்வீஸுக்கு விட்டிருந்த 'காரேஜ்' திறந்து அவர்கள் பதில் சொல்ல குறைந்தபட்சம் பதினொரு மணியாவது ஆகும். இன்னும் ஒன்றரை மணி நேரம் இருக்கிறது. காலைப் பொழுதில் பொதுவாக புதிய வாடிக்கையாளர், புதிய முயற்சி, புதிய திட்டம் அனேகமாக அவன் எடுப்பதில்லை. கார் இல்லாமற் போகும் ஓரிரு நாட்களுக்கு ஏற்ற வேலைதான் கைவசம் இருந்தது.

மொபைலைக் கையில் எடுத்த பின் அதைத் திரும்பக் கீழே வைத்துவிட்டு தான் அலுவலகத்துக்கு எடுத்துச் செல்லும் லேப்டாப் வைக்கும் பையைச் சோதனை செய்தான். பிறகு தனது பர்சை எடுத்து, ஆராய்ந்து ஒரு துண்டுச் சீட்டை எடுத்தான். சண்முகம் அயர்ன் என்று ஒரு மொபைல் எண் குறித்து வைக்கப் பட்டிருந்தது. உணவு மேஜை மீது அதை வைத்து எண்ணைத் தொடர்பு கொள்வதற்குள் அது பறந்தது.

எங்கே பறந்து போனது என்றே தெரியவில்லை. இங்கும் அங்கும் பார்வையால் அலசினான். மேஜை, ஃப்ரிட்ஜ் இவற்றின் கீழே குனிந்தும் பார்த்தான். எங்கேயும் காணவில்லை. ஏற்கெனவே வீட்டில் சின்னச் சின்னக் குப்பைகள் இருந்தன. கவனக்குறை வாக இருப்பது என்பது ரவி அனேகமாய்த் தவிர்த்துவிடுவது. எவ்வளவு திறமை இருந்தாலும் கவனக்குறைவு அவை எல்லாவற்றையும் நீர்க்க அடித்துவிடும். இப்போது அந்தச் சீட்டைத் தேடி, காலைப் பொழுது உற்சாகத்தை வீணடித்துக் கொள்ள விரும்பவில்லை.

வீட்டைப் பூட்டிக்கொண்டு வெளியே இறங்கி குடியிருப்பின் கீழ்த்தளத்தில் தன் கார் நிறுத்தும் இடத்தை அடைந்தான். அப்போதுதான் காரை 'காரேஜில்' விட்டிருப்பது நினைவுக்கு வந்தது. இரண்டு சக்கர வாகனத்தின் சாவியை எடுத்து வர மறந்தது அடுத்த சறுக்கல். லிஃப்ட்டை நோக்கி நடந்தான். 'பவர் கட் ஸார்' செக்யூரிட்டி நினைவுபடுத்தினார். மூன்று மாடி ஏறுவதற்குள் மூச்சு வாங்கியது மட்டுமல்ல, கடுமையாக வியர்த்துவிட்டது. வீட்டில் 'இன்வர்ட்டர்' போட்டிருந்தால் மின் விசிறி இயங்கியது. ஒரு நிமிடம் காற்று வாங்கி ஆசுவாசப் படுத்திக் கொண்டான். சாவிகள் மாட்டும் கொக்கி வரவேற் பறையின் மூலையில் இருந்த புத்தக அலமாரியின் பக்கவாட்டில் இருந்தது. ஆனால் சாவி அங்கே இல்லை.

இரண்டு சக்கர வாகன சாவியைத் தேடும்படிதான் ஆகிவிடுகிறது. கார் வாங்கச் சொல்லி ரகுதான் பரிந்துரைத்தான். முதலில் மலைப்பாக இருந்தது. ஆனால் இப்போது இரண்டு சக்கர வாகனம் ஒரு தொல்லை என்னும் அளவு அதைத் தவிர்த்தே பழகிவிட்டது. ஒரு கிலோ மீட்டர் அல்லது இரண்டு என்னும் அளவில் போகும்போது எப்போதாவது எடுக்கும் வழக்கம் வந்துவிட்டது. ரகு கூறியதுபோல் காரில் சென்றபடி பிஸினஸ் பேசுவது, லேப்டாப் உபயோகிப்பது, கஸ்டமரைப்

பார்க்கும்போது வியர்த்து வழிந்து போய் நிற்காமல் பந்தாவாகச் சென்று பேசுவது எல்லாவற்றிற்குமே மிகவும் உகந்தது கார். போட்ட காசுக்கு மேலேயே திரும்பி வரும் என்றான் ரகு. அது நிரூபணமானது.

படுக்கையறையில் அலங்கார மேஜையின் இழுப்பறையில் தேடினான். இல்லை. 'டெஸ்க் டாப்' கம்ப்யூட்டர் அருகே தேடினான். இல்லை. புத்தக அலமாரியின் மூலைகளில் தேடினான். இல்லை. ஃப்ரிட்ஜைத் திறந்து தண்ணீர் பாட்டிலை எடுத்துக் குடித்தான். தோளில் லேப்டாப் பையை மாட்டியபடி கிளம்பினான்.

தனது குடியிருப்புக்கு வெளியே வந்து நின்றபோது தெருவில் கார்கள் மட்டுமே ஊர்ந்து கொண்டிருந்தன. ஆட்டோ எதுவும் தென்படவில்லை. பிரதான சாலையை நோக்கி நடையைக் கட்டினான். குளிர் வசதி உள்ள காரில் சென்று பழக்கம். வெய்யிலில் நடப்பது மிகவும் தண்டனையாயிருந்தது. சட்டைக் குள்ளே ஊசியாய்க் குத்தியது வெப்பம். பிரதான சாலையை அடையும்போது சட்டை தொப்பலாக நனைந்துவிட்டது. அந்தச் சாலையைக் கடந்து எதிர்ப்பக்கத்தில் ஆட்டோ பிடிக்க வேண்டும். 'பவர் கட்'டால் சிக்னல் இயங்கவில்லை. பாதசாரி யாக சாலையைக் கடந்து பழக்கம் இல்லாததால் மற்றவர் அளவு துணிந்து புகுந்து புறப்பட இயலவில்லை. புகையும் தூசியும் இரைச்சலுமாய் சாலையைக் கடப்பதற்குள் எரிச்சல் மிகவும் அதிகரித்தது. 108 ஆம்புலன்ஸ் ஒன்று சைரனுடன் விரைய வாகனங்கள் சற்றே நிதானித்தன. அந்த வாய்ப்பைப் பயன்படுத்தி சாலையைக் கடந்தான்.

ஆட்டோ, 'ஷேர்' ஆட்டோ எதுவுமே காலியாயில்லை. ஒரு கார் தேவைக்கு மேல் ஹாரன் அடித்து சற்றே தள்ளிப் போய் ஓரமாய் நின்றது. ரவி ஆட்டோவை நோக்குவதில் கவனமாயிருந்தான். மொபைல் ஒலி கவனத்தைக் கலைத்தது. ரகுதான். ''பாஸ்... என்ன ரோட்ல நின்னுக்கிட்டிருக்கே?'' ரவி எதிர்ப்பக்கம் பார்த்தபடி ''வேர் ஆர் யூ?'' என்றான். ''ஸீ டு யுவர் லெஃப்ட்'' என்றான் ரகு. தள்ளி நின்ற கார் அதுதான். ''புது காரா?'' என்றான் ரவி உள்ளே ஏறியபடி. ''யா... என் வொய்ஃப்க்காக வாங்கினது'' என்றான் ரகு. ''உன் இன்வர்ட்டர் பிசினஸ் எப்படி போயிட்டிருக்கு?'' என்ற ரவியின் கேள்விக்கு, ''எக்ஸலென்ட்.

மெட்ராஸுக்கும் டூ அவர்ஸ் பவர் கட் வந்ததிலேருந்து நல்லாவே பிக் அப் ஆயிடுச்சு'' என்றான்.

பேச்சுக்கு இடையிலேயும் ரவி தன் இடம் வருவதில் கவனமாக இருந்தான். அடுத்த சிக்னலில் ரகுவும் வாகன நெரிசலில் கவனம் செலுத்தி பேச்சை நிறுத்தினான். தென் சென்னையில் மிகவும் போக்குவரத்து நெரிசல் நிறைந்த இடம் அதுதான். அந்த நாற்சந்தைக் கடந்தவுடன் ரவி நன்றி கூறி இறங்கிக்கொண்டான்.

ரவி இறங்கிய இடத்தின் இடது பக்கமாகப் பல சந்துகள் பிரிந்தன. அவற்றில் வணிக வளாகங்கள் கிடையாது. நிறைய குடியிருப்புகள் இருந்தன. பல இரு சக்கர வாகனங்கள் நெரிசல் மிகுந்த நாற்சந்தின் அனைத்துப் பிரதான சாலைகளையும் தவிர்க்க இந்தச் சந்துகள் வழியே நெருக்கி அடித்து சுருக்கு வழி கண்டார்கள். இந்த நகரும் மக்கட்தொகையை உத்தேசித்தே ரவி சிக்னலுக்கு மிகவும் நெருங்கிய முதல் சந்தின் முனையில் இருந்த 'அயர்ன்' கடையைத் தேர்ந்தெடுத்து ஒரு வாரம் முன்பு தனது காப்பீட்டு நிறுவன நீண்ட விளம்பரப் பதாகையை அயர்ன் வண்டியில் மாட்டச் சொல்லிக் கொடுத்திருந்தான். மாட்டியவுடன் முதல் மாதம் 600 ரூபாய், அடுத்த மாதம் முதல் 750, ஆறு மாதம் ஆனால் ஆயிரம் என்று ஒப்பந்தம் வேறு செய்திருந்தான். இன்னும் மாட்டவில்லை. அன்றே ஒரு தச்சருடன் வர எண்ணி இருந்தான். ஆள் கிடைக்கவில்லை. ஆனால் நான்கு ஆணி அடிக்கும் அந்த வேலையை அந்த அயர்ன்காரரே செய்ய இயலும். ஏன் மாட்டவில்லை என்பது புரியவில்லை. 1000 ரூபாய் விரைவில் என்பதை நினைவுபடுத்த வேண்டும்.

அயர்ன்காரரைக் காணவில்லை. அந்தச் சாலையிலேயே நிழல் உண்டென்றால் அது அந்த அயர்ன் வண்டியின் மேலே வேய்ந்திருந்த கீற்றுக் கூரைதான். வண்டிக்கு உள்ளேயும் வண்டிக்கு அருகில் இருந்த ஒரு ப்ளாஸ்டிக் நாற்காலியிலும் பல பாலிதீன் பைகள், கட்டையைக் கைப்பிடியாகக் கொண்ட ரெக்ஸின் பைகளில் துணிகள் இருந்தன. இஸ்திரிப் பெட்டி திறந்து கிடந்தது. அதன் வெண்கல அடிப்பகுதி பளபளத்தது. சற்று நேரம் கடை அருகே வெய்யிலில் நின்றான். பிறகு ப்ளாஸ்டிக் நாற்காலிகளில் இருந்த துணிப் பைகளை எடுத்து வண்டிக்குள் வைத்து மொபைலை எடுத்து ஈமெயில் புதிதாக வந்திருக்கிறதா என்று பார்த்தான். மனம் மலரும் வண்ணம் அவன் ஒரு மாதமாகப் பின்தொடர்ந்த புதிய வாடிக்கையாளர்

பெரிய தொகைக்கு பாலிஸி எடுக்க ஒப்பி இருந்தார். வேறு சிலருக்கு நினவூட்டும் விதமாக மெயில் அனுப்பினான். மியூச்சுவல் ஃபண்ட் டில் ஒருவர் முதலீடு செய்ய ஆர்வம் காட்டி இருந்தார். அவரது மொபைல் எண் அவரது முதல் மெயிலில் இருந்தது. அவருக்கு டெலிபோன் அழைப்பு செய்தபோது காலை நேரத்திலும் ஆர்வமாக நிதானமாகப் பேசினார். உற்சாகமாகப் பேச்சைத் தொடர்ந்தபோது ''யாருயா... எந்திரி...'' என்று தோளில் தட்டியவரை எரிச்சலுடன் நிமிர்ந்து பார்த்தான். ''இன்னா லுக் உடறே...'' என்று அதட்டியதும் எழுந்து நகர்ந்து சென்று உரையாடலை முடித்துவிட்டு வந்தான். ''ஒரு போர்டை கொடுத்து உங்க வண்டியிலே மாட்டச் சொல்லி இருந்தேன்...'' என்று இழுத்தான். ''இன்னா போர்டு... கரியே கெடைக்கலே... அலைஞ்சிட்டு வந்தா லார்டு மாதிரி குந்திக்கினு...'' ''இன்ஸூரன்ஸ் கம்பெனி போர்டுங்க...'' என்றான் ரவி. வண்டிக்குக் கீழே குனிந்த அயர்ங்காரர் ''இந்தா... எடுத்துக்கினு போ... இத்தை நீ கொடுத்த நாள்ளேயிருந்து ஒரே பேஜாரு... இன்னிக்கி கரியே கெடைக்கல... சாவுக்கிராக்கி...'' என்றார். ரவி மெளனமாக அதை வாங்கிக்கொண்டு நடந்தான். சாலையைக் கடக்கக் காத்திருந்தபோது அதைத் தலைக்குமேல் பிடித்துக்கொள்ள நிழலாயிருந்தது.

21

கண்காணிப்பு

நான் கடிகாரம் கட்டுவதில்லை. அதனால் டீம் லீடர் அறையை விட்டு வெளியே வந்ததும் முதல் வேலையாக என் மொபைலில் நேரத்தைப் பார்த்தேன். மணி ஏழடித்திருந்தது. அவன் நாளை காலை பார்க்கலாம் விவாதிக்கலாம் என்று குறிப்பிட்ட வேலைகளை நான் முடித்துவிட்டுக் கிளம்ப இன்னும் ஒரு மணி நேரமேனும் ஆகும், வேலை நான் எதிர்பார்க்கிற வேகத்தில் முன்னேறுகிற பட்சத்தில். எங்கள் வேலை ஒரு நிதி நிறுவனத்துக்குத் தேவையான மென்பொருளைத் தயார் செய்வது. அரசு வங்கிகளின் வேலையை ஒப்பந்த அடிப்படை யில் செய்யும் வாய்ப்பு அவர்களுக்குக் கிடைத்திருந்தது. ஆனால் அவர்களுக்கு அந்த வேலையின் நுணுக்கத் தேவைகளைப் பற்றி அதிகம் தெரிந்திருக்கவில்லை. புதிது புதிதாக எதையாவது எங்களிடம் கேட்கக் கேட்க என் வேலையின் திசை மாறிக் கொண்டே இருந்தது.

அதிக நேரம் உட்காருபவர் இன்னும் எத்தனை பேர் என்று அறிந்துகொள்ள நான் எழுந்து நின்று பார்க்க வேண்டும். தலையும் கணிப்பொறியும் மறையுமளவான தடுப்புகளின் அடைப்புகளில் நாங்கள் அமர்ந்து பணிபுரிந்து

கொண்டிருந்தோம். அலுவல் சம்பந்தமானதை அனேகமாக மின்னஞ்சலில் செய்து கொள்வோம். லேண்ட் லைன் சுற்றிணைப்பு அல்லது மொபைல் தாண்டி நாங்கள் பேசிக் கொள்ள நேரமோ தேவையோ இருக்காது.

ஏழரை மணிபோலதான் எனக்கு ஒரு விஷயம் பிடிபட்டது. இப்போது நான் போராடிக் கொண்டிருப்பது பிரகாஷ் செய்ய வேண்டிய பகுதி. எங்கே போனான் அவன்... எழுந்து நின்று பார்த்தேன். எதிர் வரிசையில் இறுதிப் பொந்து அவனது. இல்லை. மொபைலை முயன்றேன். 'ஸ்விட்ச் ஆஃப்' என்று வந்தது. டீம் லீடரிடம் இதை விசாரிப்பது தேவையில்லாத வம்பை விலைக்கு வாங்குவது. 'நீயே செய்' என்றுதான் எப்படியும் சொல்லப் போகிறான். ஏனோ மனது ஆறாமல் எங்கள் குழுவின் இன்னொரு உறுப்பினரான வடிவேலுக்கு ஃபோன் செய்தேன். அழைப்பு ஒலிக்கு பதிலில்லை. 'நான் ஒரு பார்ட்டியில் இருக்கிறேன். குறுஞ்செய்தி அனுப்பேன்.' 'பிரகாஷ் நாளை காலைக்குள் முடிக்கவேண்டிய இலக்கில் தன் பங்கைச் செய்ய வேண்டும். ஏன் அவனை மொபைலில் தொடர்பு கொள்ள இயலவில்லை' என்று அனுப்பினேன். 'பிரகாஷ் சில ஆச்சரியங்களை நாளை தரக்கூடும்' என்று பதில் வந்தது. இந்தப் பிழைப்பில் வேலை நாளில் பாதிக்கு மேல் ஆச்சரியங்களும் அதிர்ச்சிகளுமாகதான்   கழிகிறது.   புதிதாக   என்ன தரப்போகிறான்.

எட்டுமணிக்கு 'இனி போராடத் தெம்பில்லை' என்று எனக்கு நானே சொல்லிக்கொண்டேன். கண்கள் எரிந்தன. செய்த வரை 'ஸேவ்' செய்து வெளி வர 8.15. வளாகத்தை விட்டு வெளிவர 8.30. ஏழுமணிக்கே கம்பெனி வாகனம் கிளம்பியிருக்கும். ஒரே ஒரு ஆறுதல் பேருந்து நிறுத்தம் அருகில்தான். ஒரு நான்கு சக்கர வாகனம் வாங்க நினைப்பு வந்தாலும் திருமணத்தை ஒட்டி வைத்துக் கொள்ளலாம் என்று தள்ளி வைத்திருந்தேன்.

பேருந்து உடனே வராததும் சற்றே இளைப்பாற உதவியது. அலுவலகத்தின் மயான அமைதிக்கு நேரெதிராக வாகன மனித நடமாட்ட சுறுசுறுப்பு ஒரு மாற்றாக ஒரு இறுக்கத்தை வெட்டியது. சற்று நேரத்தில் ஒரு குளிர் சாதனப் பேருந்து வந்தது. உள்ளே அமர இடமும் இருந்தது. எனது மொபைலை எடுத்து 'ஹான்ட்ஸ் ப்ரீ'யை மாட்டிக்கொண்டு பாடல்களைக் கேட்கத் துவங்கினேன். இசையில் ஆழ்ந்துவிட்ட நேரம் ஒரு

மென்மையான தட்டல் என் தோளின் மீது. மாலதி. எங்களது போட்டி நிறுவனத்தில் பணி புரிகிறாள் என்று 'ஃபேஸ் புக்'கில் தெரிந்து வைத்திருந்தேன். எப்படி இருக்கிறாய் என்னும் பாவனையில் வலது கையை நாட்டிய அபிநயம்போல அசைத்தாள். நான்கு வரிசை பின் தள்ளி இருந்த இடத்தில் மறுபடி சென்று அமர்ந்து பக்கத்தில் காலியாக இருந்த இருக்கையைக் காட்டி வா என்று சைகை செய்தாள்.

ஒன்றாகச் சாப்பிடலாம் என்ற அவளது விருப்பத்தை நானும், பெசன்ட் நகர் முருகன் இட்லிக் கடைக்கு இன்னொரு நாள் போகலாம் - இன்று திருவான்மியூர் 'ஹாட் சிப்ஸ்' போதும் என்னும் என் கருத்தை அவளும் பரஸ்பரம் ஆமோதித்தோம்.

'ஹாட் சிப்ஸ்'ஸில் அமர்ந்து உண்ணும் அறை நிரம்பி வழிந்தது. 'சுய சேவை'யில் எங்கள் உணவு தயாராகி வரக் காத்திருந்தோம். 'இங்கே அமர்ந்து உண்பவர், வாங்கிச் செல்பவர், நின்று உண்பவர் என எல்லா வித வாடிக்கையாளருக்கும் ஒரு ஏற்பாடு இருக்கிறது பார்த்தாயா?' என்றாள். என்னால் அப்போதைக்கு பசியைத் தவிர வேறு எந்த விஷயம் பற்றியும் யோசிக்க இயலவில்லை. 'இதுபோல பல உணவகங்கள் உள்ளன' என்று சொல்லி வைத்தேன் ஒப்புக்கு. 'நான் சொல்ல வந்தது இந்த ஊரின் நகரும் மக்கள் நெரிசலுக்கு பொருத்தமான வியாபார நுணுக்கம் இது என்றுதான்' என்றாள்.

உணவு வந்ததும் ஒன்றாய் நின்றபடி சாப்பிட நாங்கள் ஒரு இடத்தைக் கண்டதும், இந்த வேலையில் எனக்கு திருப்தி உள்ளதா என்றதற்கு இப்போதைக்குப் பணம் வருவதே முக்கியம் என்ற என் அணுகுமுறையை நேர்மையாக எடுத்துரைத்தேன். உணவுக்குப் பின் பழரசம் அருந்தும்போது 'நானும் சில நண்பர்களும் இன்னும் இரண்டு மாதத்துக்குள் ஒரு ஸாஃப்ட்வேர் நிறுவனத்தை துவங்க இருக்கிறோம். உன் குழுவின் ப்ரகாஷூம் அதில் ஒரு பங்குதாரர்' என்றாள்.

வெளியே வந்ததும் 'இன்னும் ஐந்து நிமிடம் இருக்குமா? சின்ன ஷாப்பிங்...' என்றாள். பதில் ஏதும் சொல்லாமல் நான் அவளுடன் அருகிலிருந்த சூப்பர் மார்க்கெட்டில் நுழைந்தேன். விற்பனைப் பணியில் நிறைய இளம் பெண்கள். பெரிய அளவிலான அந்தக் கடையின் பலவேறு வரிசை அடுக்குத் தட்டுகளின் இடைபுகுந்து பொருட்களை மாலதி

தேர்ந்தெடுக்கும் வரை இங்கிதம் கருதி தள்ளியே நின்றிருந்தேன். வாங்கி முடிந்து வெளியே வரும்போது 'இத்தனை பணிப்பெண்கள் இருக்கும்போது யாருமே உதவாமல் நீ விசாரித்தபோது மட்டும் அது இருக்கும் இடத்தைக் காட்டிவிட்டு நீ அலைவதை வேடிக்கை பார்க்கிறார்களே?' என்றேன். 'அவர்கள் வேலை நாம் எந்தப் பொருளையும் திருடிச் செல்லாமல் கண்காணிப்பதுதான்' என்றாள். 'அவர்களை கண்காணிப்பது யார்?' என்றேன். 'அதற்குதான் கேமரா இருக்கிறதே...' என்று சிரித்தாள் மாலதி.

22

அடையாளம்

எழும்பூர் நூலகத்திலிருந்து ரயில் நிலையத்துக்கு பஸ் அதிகம் கிடையாது. நடந்து போவது என்பது அனேகமாக முடிவான ஒன்றுதான். இருந்தாலும் ஐந்து நிமிடமேனும் பஸ் ஸ்டாப்பில் நின்று பிறகு மெதுவாக நடப்பதே வழக்கமாகி இருந்தது மீனாவுக்கு. இன்று நடக்க உடல் நிலை இடம் கொடுக்காது. எனவே பத்து நிமிடத்துக்கு மேலாக நின்று கொண்டிருந்தாள். முதுகுப் பை இன்று ஏனோ சுமையாகத் தோன்றியது. மாலை ஐந்து மணிக்கும் பளீரென வெய்யில் அடித்துக் கொண்டிருந்தது. பஸ்ஸுக்காகக் காத்திருப்போர் சொற்பமே என்று காட்டுவது போல கார்கள், ஆட்டோக்கள், இருசக்கரம் என ஏகப்பட்டவை விரைந்து கொண்டிருந்தன.

நூலகத்தில் இவ்வளவு நேரம் அவள் எதிரே அமர்ந்து படித்துக் கொண்டிருந்த அவள் வயதுப் பெண் ஒருத்தி தனது நண்பனை அணைத்தபடி அவனது இருசக்கரத்தில் பஸ் ஸ்டாப்பைக் கடந்து சென்றாள். அவள்போல கட்டிப் பிடித்தபடி இல்லை, வெறுமனே அமர்ந்து வருவதைக் கூட கதிர் ஒப்புக்கொள்வதில்லை. துப்பட்டாவால் முகத்தை மூடிக் கொள்வதாகக்கூட சொல்லிப் பார்த்தாள். அவன் உடன்படவில்லை. சினிமா பார்ப்பது

என்றாலும் சரியாக உள்ளே அனுமதிக்கும்போதுதான் தென்படுவான். அந்த இருளில் கொஞ்சலில் சில்மிஷத்தில் காதல் தெரியும். ஆறுதலாக இருக்கும். ஆனால் படம் முடியும் போது யாரோபோல் கிளம்பிவிடுவான். அவனுக்கு திருமண வயதில்லை என்பது புரியாமலில்லை. ஆனால் அவன் வெளியில் தன்னுடன் தென்பட ஏன் இவ்வளவு சுணங்குகிறான் என்பது பிடிபடவில்லை. மேற்படிப்பில் விருப்பமில்லை என அவன் சேல்ஸ் வேலைக்குப் போய்விட்டான். இந்த நூலக வளாகத்திற்கு வருவது வெளியில் உள்ள பூங்காவில் தன் சகாக்களை சந்திக்கதான். சந்திக்கும் வரை காத்திருக்கதான்.

ஒரு முறை ஷாப்பிங் போக அப்பா லைப்ரரிக்கு வந்து அழைத்துப் போகிறேன் என்றார். அன்றைக்கு என்று பார்த்து பவர் கட் என்று நான்கு மணிக்கே நூலகத்தை மூடிவிட்டார்கள். வேறு எங்கேயும் போக வழியில்லை. நூலக வாயிற் தோட்டத்துக் கல் இருக்கைகளுள் ஒன்றில் அமர்ந்து கழித்துக் கட்டவேண்டிய குறுஞ்செய்திகளை அழித்துக் கொண்டிருக்கும்போது ''எக்ஸ்க்யூஸ் மீ'' என்று அவன் குரல் கேட்டது. ''நீங்கள் யாருக்காகவோ காத்திருக்கிறீர்கள் என்று நினைக்கிறேன்'' என்றான் கதிர் லாகவமான ஆங்கிலத்தில். என்ன பதில் சொல்வது என்று தெரியவில்லை. மிகவும் கட்டுப்பெட்டியாக எழுந்து செல்லவோ, 'உன் வேலையைப் பார்' என்று சொல்லவோ தோன்றவில்லை. வெறுமனே தலையை அசைத்தாள். ''நானும் காத்திருக்கிறேன் ஒரு நண்பருக்காக. தோழிக்காக இல்லை.'' பதில் சொல்லாமல் அவனை உற்றுப் பார்த்தாள். ''எனக்கு தோழி என்று யாருமே இல்லை'' என்று நிறுத்தினான். அவள் மௌனமாகவே இருந்தாள். ''உங்களை பார்த்தால் நட்பு காட்டும் தன்மை தெரிகிறது'' என்றான். அவளையும் அறியாமல் புன்னகைத்தாள். ''தண்ணீர் கிடைக்குமா?'' என்றான். பதில் பேசாமல் தனது முதுகுப் பையில் இருந்த பாட்டிலை எடுத்து நீட்டினாள். சற்று அருந்தி நன்றி சொல்லித் திருப்பித் தந்தான். அவள் கையிலிருந்த மனித வளம் பற்றிய புத்தகம் அடுத்த பேச்சின் அடிப்படையானது. எம்பீஏ பற்றியும் மனித வளம் பற்றியும் மட்டும்தான் அவன் அன்று நிறையப் பேசினான்.

அப்பாதான் முதலில் தென்பட்டார். அவன் நண்பன் வந்தானோ, அல்லது வந்தபின் இங்கிதம் கருதி பக்கமாய் ஒதுங்கிக்

காத்திருந்தானோ... அப்போது தலையை மட்டும் அசைத்து விட்டு அவள் கிளம்பிவிட்டாள். ஆனால் அன்றே கதிர் அவளது வகுப்புத் தோழன் வசந்தை முந்திவிட்டான். வசந்த் வெறும் படிப்பு மட்டுமே பேச முடியும். எதோ ஒரு நுட்ப யூகத்தில் அவனும் அத்தோடே நின்றிருந்தான். வசந்த் அதைத் தாண்டிப் பேசி இருந்தால்? ஏன் பேசவில்லை என்றுகூட தோன்று கிறதோ? மீனாவிடம் ஏனோ இந்தக் கேள்விகள் சமீப காலமாக முளைத்தன. கதிர் கோல்டன் பீச்சில் 'காட்டேஜ்' புக் பண்ணப் போனபோது வெறும் 'ரைட்ஸ்' மட்டும் போதும் என்று எது சொல்லத் தூண்டியதோ அதுவேதான் இந்தக் கேள்விகளுக்கும் வித்திட்டிருக்கலாம்.

பஸ் வந்தது. நிற்க இடம் இருக்குமா என்பதே சந்தேகம். முன் வாயில் வழியாக ஏறி பெண்கள் பக்கம் ஒதுங்கினாள். நிற்கவே தெம்பில்லை. உபத்திரவமான நாட்கள். சில்லறையைத் தேடி கை மாற்றி மாற்றி சீட்டு வாங்கும் முறையில் சீட்டு வாங்கி முடிக்கும் முன்னே மொபைல் ஒலித்தது. கதிராக இருக்க வாய்ப்பில்லை. அவன் வேலை விஷயமாக பெங்களூர் நான்கு நாட்கள் போவதாகவும் 'ரோமிங்'கில் 'இன்வர்ட் கால்' 'அவுட்வர்ட்' இரண்டுமே செலவாகும் என்று சொல்லி யிருந்தான். எஸ் எம் எஸ்ஸூம் ஏற்கெனவே குறைந்திருந்தது. அழைப்புக்கு பதில் அளித்தாள்.

''நான் லைப்ரரி செக்யூரிட்டி பேசறேம்மா. மீனாவா?''

''ஆமா ஸார்.''

''உன்னோட ஐடி கார்டை விட்டுட்டு போயிட்டேம்மா, கையெழுத்து போடறப்போ. உன் செல் நம்பரை ரெஜிஸ்டர்ல பாத்து ஃபோன் பண்ணறேன். அடுத்த முறை வர்றப்போ ஃபோன் நம்பரை சொல்லி வாங்கிக்க.''

''இப்ப உடனே வரட்டா ஸார்...''

''ஓகே. இன்னும் அரை அவர்ல வா. எனக்கு ட்யூட்டி முடியற நேரம்.''

''உடனே வரேன் ஸார்.''

இத்தனையும் பேசி முடிக்கும் முன் பஸ் எக்மோருக்கே வந்து விட்டது. இன்றோடு அனேகமாக லைப்ரரி வேலை முடிந்த

நிலை. இன்னும் ஓரிரு முறை தேவைப்பட்டாலும் எப்போது வருவேனோ? செலவைப் பார்த்தால் ஆகாது. காலேஜில் அடையாள அட்டை இல்லாமல் நுழையவே முடியாது. இந்த சோதனை நாட்களில் உடல் மனம் இரண்டுமே மிகவும் சோர்ந்து மறதி, பதற்றம் என்று மேலும் தொல்லை. செலவைப் பார்க்காமல் ஒரு ஆட்டோவை அழைத்தாள். அரை மணி என்ன? பத்து நிமிடத்தில் போய்விடலாம்.

போலீஸ் கமிஷனர் ஆபீஸைத் தாண்டும்போது பஸ் ஸ்டாப்பில் தான் அணைத்திருந்தவனின் இருசக்கரத்திலிருந்து இறங்கி பேருந்து நிறுத்தத்தில் ஒரு பெண் இறங்கினாள். அவன் தன் வண்டியை ஓரமாக நிறுத்தி ஸ்டாண்ட் போட்டு... கதிர் இல்லை அது? விரையும் ஆட்டோவிலிருந்து திரும்பிப் பார்க்கும்போது ஒரு கார் குறுக்கே வந்துவிட்டது. ஏனோ அது கதிர்தான் என்று அழுத்தமாகப் பட்டது. வண்டியை நிறுத்தியவன் இன்னும் அங்கேதான் இருப்பான்.

''டிரைவர், ஆட்டோவை யூ டர்ன் எடுங்க. பின்னாடி ஒரு சொந்தக்காரங்க தென்பட்டாங்க...''

''என்னம்மா பேஜார் பண்ற? இந்த டிராஃபிக்ல எங்கே யூ டர்ன் போடறது? இறங்கி போ... துட்டை முதல்ல கொடு'' என்று ஆட்டோ ஓரங்கட்டப்பட்டது.

பணத்தைக் கொடுத்துவிட்டு இறங்கி உடல் ஒத்துழைத்த அளவு ஓடினாள். அரை மணிக்குள் போய் அடையாள அட்டையை வாங்கவேண்டுமே என்று கவலை குறிக்கிட்டது. அது இரண்டாம் பட்சமாகி ஓட்டம் தொடர்ந்தது.

23

பயணப் பை

திருவான்மியூரில் சிக்னலைக் கடந்து செல்வது என்பது பெரிய சவால். சாலைச் சந்திப்பை நெருங்கும்போதே நம்மை மனச் சோர்வு ஆட்கொள்ளும். மழை தூறிக்கொண்டே இருந்தது. இருசக்கர வாகனத்தை ஓட்டிக் கொண்டிருந்த கதிரேசனும் நானும் 'ரெயின் கோட்' அணிந்திருந்தோம். வாகனங்களின் இரைச்சலும் புகையும் தம் கடமையை நன்றாகதான் செய்து கொண்டிருந்தன.

கதிரேசன் புதிதாக வாங்கி இருந்த இரண்டாம் மாடியில் உள்ள ஃபிளாட்டுக்கு கிரகப் பிரவேசம் என்று அவன் அழைப்பு வைத்தபோதே நான் போயிருக்க வேண்டும். அப்போது மழை இல்லை. அம்பத்தூரில் இருந்து திருவான்மியூர் சென்று வருவதற்குள் திருச்சி வரை போய் உச்சிப் பிள்ளையாரை தரிசனம் செய்துவிடலாம். இதனால் வாழ்த்துக்குக் குறுஞ்செய்தி அனுப்பிவிட்டு அப்போதைக்குத் தப்பித்தேன். என் நேரம், எங்கள் நிறுவனத்தில் ஒரு அத்தியாவசிய மென்பொருளை பழைய மகாபலிபுரம் சாலையில் உள்ள ஒரு நிறுவனத்தின் தயாரிப்புக்கு விட்டிருந்தார்கள். மூன்று நாட்கள் நான் சென்று அவர்களுடன் அமர்ந்து எங்கள் பக்கத் தேவைகளை விளக்க

வேண்டும். கதிரேசன் வேலை பார்ப்பதும் அதன் அருகாமை
யான அலுவலகமே.

''ஒரு நாள் உன் வீட்டுக்கு வருகிறேன்'' என்றபோது, ''மூன்று
நாள் எதற்காக அலைகிறாய்? என்னுடன் தங்கேன். என்
மனைவியும் மகனும் அவள் சகோதரனுடன் டெல்லி
போயிருக்கிறார்கள்'' என்றான். இன்று இரண்டாவது நாள்.
முதல் நாளும் மழைதான். மருந்தீஸ்வரர் கோயில் கடந்து
கிழக்குக் கடற்கரைச் சாலையில் ஒரு குறுகலான தெருவில்
அவன் குடியிருப்பு. நேற்று எங்கள் வண்டி நுழையும்போதே
மணி இரவு பத்து. கீழ்த்தளத்தில் பாதி வண்டிகளுக்கான
'பார்க்கிங்' இடம். தூண்களுக்கு இடையேயான இடத்தில்
'பிளை உட்' மரத்தின் பெரிய பலகைகள் நிறைந்திருந்தன.
இரண்டு கார்கள். மூன்று இரு சக்கர வாகனங்கள். ஒரு ஆள்
நாற்காலியில் அமர்ந்திருக்க லுங்கி அல்லது நிஜார் அணிந்த பல
நடுவயது ஆண்கள் நின்றிருந்தார்கள். அவர்களுக்கு பாஷை
புரியவில்லை என்பதும் தெரிந்தது.

நெட்டையான குறுந்தாடி வைத்த ஒரு கூலிக்காரர் ''வேலை
இருக்கிறது. மேஸ்திரி வரவில்லை. எங்கள் மேல் என்ன
குற்றம்?'' என்று ஹிந்தியில் கத்திக் கொண்டிருந்தார். கதிரேசன்
இரு சக்கரத்தை பிரதான வாயிலைக் கடந்து உள்ளே நுழைந்த
இடம் தாண்டி ஒரு ஓரத்தில் நிறுத்திவிட்டான்.

''இவனுங்க லொள்ளுதான்பா பெருசா இருக்கு. பேங்க்ல ஈஎம்ஐ
ஆரம்பிச்சிடுச்சேன்னு வந்துட்டோம். இன்னும் வேலையே
முடியல. லிஃப்ட் வரலே. கும்பலா இவனுங்க பார்க்கிங்
ஏரியாவ ஆக்கிரமிச்சிட்டானுங்க. முதல் நாள் நான் காரை
நிறுத்தினதுதான்... அப்புறம் எடுக்கவே இல்ல. பிகாரிலேயே
வேலை பாக்க வேண்டியதுதானே... இங்கின வந்து
இவனுகளோட மல்லுக் கட்டுறானுங்க. ஒரு கோடி ரூபாய்
கொடுத்த நாங்களே இவனுங்க சொல்றபடிதான் கேக்கவேண்டி
இருக்கு.''

வாட்ச்மேன் ''ஒத்துங்கப்பா'' என்று சத்தம் போட்டுத்தான்
நாங்கள் மாடிப்படியை அடைய இடம் கிடைத்தது. இரவு வெகு
நேரம் அவர்கள் குரல் கேட்டுக்கொண்டுதான் இருந்தது. புது
இடம் என்பதாலோ அல்லது இந்த சந்தடியாலோ எனக்கு
சரியாகவே தூக்கம் பிடிக்கவில்லை.

இன்று அலுவலகத்தில் கடுமையான வேலை. எங்களிடம் ஒப்பந்தம் செய்தவர்கள் எங்களது முக்கிய தேவைகளுக்கு ஏற்ற ஒன்றைத் தயார் செய்ய விரும்பவில்லை. அவர்களிடம் உள்ள ஒரு மென்பொருளை எங்களுக்கு ஏற்றதுபோல ஒக்கிட்டுக் கொண்டிருந்தார்கள். என் நிறுவனத்துடன் போராடும் வேலையும் என் வருகைக்குப் பின் அவர்களுக்கு இல்லாமற் போனது. கொஞ்சமேனும் மது அருந்தி மனதைத் தேற்றிக் கொள்ளும் எண்ணத்துடன்தான் இன்று அலுவல் முடிந்து கிளம்பினேன்.

பச்சை விளக்கு வந்து வாகனங்கள் நகர, கதிரேசனும் வண்டியை விரட்டினான். 'டாஸ்மாக்'கைத் தாண்டும்போது ''ஒன் மினிட். சரக்கு வாங்கணும்'' என்றேன். ''இன்னிக்கி வேண்டாம் சந்துரு. ஒரு முக்கியமான 'பேக்'கை தேடணும்'' என்றான். ''என்ன பேக் அது? ட்ராவல் பேகா?'' என்றேன் என் ஏமாற்றத்தை மறைத்த படி. ''அதேதான். வாடகைக்கி குடியிருந்தோமில்ல. அங்கே பரண்லே அந்த ஓனர் அம்மா ஒரு ட்ராவல் பேக் பிரவுன் கலர் வெச்சிருந்தாங்களாம். எங்க சாமானோட அது வந்திருச்சாம். எங்க கிட்டே ஏகப்பட்ட பேக்ஸ். எதையும் இவ தூக்கிப் போடறதுக்கே வுடல. அந்த அம்மா இமெயில், வாட்ஸ் அப், மெஸேஜ்ன்னு போட்டுத் தாக்கிக்கிட்டே இருக்கு...''

அவன் பரணிலிருந்து ஒவ்வொரு பையாக எடுத்து ஏணியில் நின்றபடி என்னிடம் கொடுக்க, நான் இறக்கி வைத்தேன். நேரம் சரியில்லை என்றால் அலுவலகமோ தூங்கும் இடமோ சோதனைகள் துரத்துகின்றன. நீளம் அதிகமான பை, உயரம் அதிகமான பை, கையில் தூக்கும் பை, தோளில் மாட்டும் பை, சக்கரம் வைத்த பெட்டி என ரகத்துக்கு இரண்டு மூன்று. ''இது காலேஜ்ல ஃபேர்வெல் அன்னிக்கி ஜூனியர்ஸ் கொடுத்தது...'' என்று ஒரு நீல நிற முதுகுப் பையைக் காட்டினான். ''நீ இன்னும் வெச்சிருக்கியா?'' என்னால் நினைவு கூர முடியவில்லை. ஒருவேளை எங்கள் வீட்டுப் பரணை நான் தூசி தட்டினால் என்னென்ன கிடைக்குமோ?

அவன் ஏணியை விட்டு இறங்கியபோது கால்வைக்க இடமில்லை. பைகளை ஒன்றின் மேல் ஒன்று போட்டு இடம் ஏற்படுத்தித் தரையில் அமர்ந்தான். முதலில் ஒரு நீல நிற பயணப் பையின் மூன்று பக்க 'ஜிப்'பை நீக்கித் திறந்தான். உள்ளே உடைந்த கார் பொம்மைகள், துப்பாக்கிகள், செஸ் காய்கள்,

ஆங்கில எழுத்துக்களின் ப்ளாஸ்டிக் வடிவங்கள்... ''என் பையன் இப்பகூட இதையெல்லாம் தூக்கிப் போட விடமாட்டேங் கறான்...''

ஒரு பையில் பழைய துணிகள். பெண்கள் அணிபவை. இன்னொன்றில் போர்வைகள். மற்றொன்றில் திரைச்சீலைகள். ஒரு பெட்டியைத் திறந்தான். நிறைய ஃபைல்கள். ''என் காலேஜ் பேப்பர்ஸ் எல்லாம் இதுதான்பா...'' என்றான். பரிசுப் பொருட்கள், சுவரழகு சிறிய புகைப்படங்கள் என அடுத்த பையில். ''யுரேகா'' என்று ஒரு அரக்கு நிறப் பையைத் திறந்தவுடன் கத்தினான். கறுப்பு வெள்ளையில் ஒரு தம்பதியின்படம், சில சாமிப் படங்கள், நிறைய சாவிகள், ருத்திராட்ச மாலை, வெண்கல விளக்கின் வெவ்வேறு பகுதிகள். மண் அகல் விளக்குகள்.

''இந்த ஐயிட்டதுக்கு எத்தனை ஃபோன் கால்!'' என்றான். மறுபடி அனைத்தையும் எடுத்த இடத்தில் வைத்து நாங்கள் படுக்க இரவு பன்னிரண்டு மணிக்குமேல் ஆகிவிட்டது.

விடிந்து மணி ஆறுகூட ஆகியிருக்காது. அரையிருட்டு. ஐயப்பப் பாடல்கள் ஒலிபெருக்கியில் உரக்கக் கேட்கவே நான் எழுந்து விட்டேன். கதிரேசன் அதையும் மீறித் தூங்கிக் கொண்டிருந்தான். பல் துலக்கிவிட்டு செய்தித்தாள்-தேநீர் என்னும் திட்டத்துடன் வீட்டுக் கதவை மூடிவிட்டுப் படி இறங்கினேன். 'பார்க்கிங்' இடத்தில் பிகார் கூலி ஆட்கள் நின்றிருந்தார்கள். அவர்கள் காலருகே நிறைய பயணப் பைகள். ''கான்ட்ராக்டர் பேசின தொகை கொடுக்கலே சார். கூலிய வசூல் பண்ணதான் இத்தனை நாள் பழியா கிடந்தானுங்க. இனிமே பேறாதுன்னு தெரிஞ்சி போச்சி. கிளம்பறானுங்க...'' என்றார் வாட்ச்மேன்.

●

(1.12.2014 திண்ணை இதழில் வெளியானது.)

24

சலவை

தனது இரு சக்கர வாகனத்தை மேன்ஷனின் கீழ்த்தள ஓரத்து நடையில் நிறுத்தினான் முத்துக்குமார். இரண்டாம் மாடியில் உள்ள தன் அறைக்குப் போகவில்லை. வெள்ளிக் கிழமை. வெக்காளியம்மன் கோயிலுக்கு வாகனங்களும் நடையாய்ச் செல்வோருமாய் நெரிசல். சிரமப்பட்டு சந்தின் மறுபக்கம் வந்து நேரே நடந்து ஜீயபுரம் செல்லும் சாலையில் திரும்பினான். இரவு மணி எட்டு. வெப்பம் தணிந்தபாடில்லை. வியர்த்துக் கொட்டியது.

சாலையில் நடந்தபடி முதல் சந்து இரண்டாம் சந்து என்று கவனித்து வந்தான். இரண்டுமே மிகவும் குறுகியவை. மூன்றாவது சுமாரான அகலம் உள்ளது. அங்கே முனையிலேயே இஸ்திரி வண்டி நிற்கிறது. ஆள் இல்லை. அக்கம் பக்கம் போயிருப்பாரோ? அரையிருட்டில் அவர் எப்போதும் ஏற்றி வைக்கும் காடா விளக்கு இருக்கும். அதுவுமில்லை. வண்டியை நெருங்கும் முன் காதருகே ஹாரன் அடித்து ஒரு இரண்டு சக்கரக்காரன் முறைத்தபடி கடந்து போனான். வண்டியில் ஏற்கெனவே ஒரு கட்டைப் பை துணி பிதுங்கக் கேட்பாரற்றுக் கிடந்தது. இஸ்திரிப் பெட்டி வெளியே இல்லை. அப்படி யென்றால் இன்றைக்கும் ஆள் வரவில்லை என்றே பொருள். பதற்றத்தின் ஸ்ருதி மீண்டும் அதிகரித்தது.

இன்று மாலை நான்கு மணி சுமாருக்கு எந்தப் பதற்றமும் இல்லை. உருவாகிவரும் குடியிருப்பில் தனது வீட்டின் வரை நகலில் மாற்றம் கேட்டு ஒருவர் வந்து போனார். அதற்கு அடுத்து 'டைல்ஸ்' எங்கே தனது ரசனைக்குக் கிடைக்கும் என்று ஒரு அம்மாள் ஒரு மணி நேரம் கேள்விகளால் துளைத்துச் சென்றார். அவராலும் பதற்றமில்லை. ஆறு மணிக்குதான் ஒரு குறுஞ்செய்தியால் சாந்தி பதற்றத்தைத் துவக்கி வைத்தாள்.

''சவுதி அனுப்பும் மும்பை நிறுவனத்திடம் பேசினீர்களா?''

''இல்லை.''

''பேசுங்கள். ஞாயிறு அன்று நேர்முகத்தில் கலந்து கொள்ளுங்கள். முடிவை பிறகு எடுக்கலாம்.''

அவன் பதில் அனுப்பவில்லை. சாந்திக்கு ஒரு 'சிவில் என்ஜினீயர்' 20000 மாத சம்பளத்தில் திருச்சியில் திண்டாடுவது பிடிக்கவில்லை. சவுதியால் நம் திருமணம் தள்ளிப் போகும் என்றுகூட மிரட்டிப் பார்த்துவிட்டான். அவள் மசியவில்லை. இந்த நிறுவனத்தில் தன்னை மரியாதையாக நடத்துகிறார்கள். கொஞ்சம் அனுபவம் பெற்றால் சென்னையில் பெரிய 'பில்டர்' நிறுவனங்களில் வேலைக்குப் போகலாம். சவுதி போனால் இப்படி மலைக்கோட்டை ரயிலில் ஏறி மறு நாள் காலை அப்பா அம்மாவை, மாலை சாந்தியைப் பார்க்க முடியுமா? திருச்சி ஏனோ அவனுக்குப் பிடித்தே போயிருந்தது. இங்கேயே சாந்தியுடன் குடும்பம் நடத்தினாலும் குறைந்த வாடகைக்கு எத்தனையோ வீடுகள். சிறியதாய் ஒன்றைக் கட்டியே குடியேறலாம்.

அவன் பதிலை அவள் எதிர்பார்க்கவா போகிறாள்? கண்டிப்பாக இல்லை. அவன் போவான் என்று அவளுக்குத் தெரியும். ஒரு நாள் மும்பை போய் வர விமான டிக்கெட் பணம் அங்கே நேர்முகம் முடிந்ததும் தருவார்கள். ஏனோ சவுதி போவது இவ்வளவு அவசரமெனத் தோன்றவில்லை. இந்த நிமிடம் இஸ்திரி போட்ட துணியே இல்லை.

மூன்று நாளாக இஸ்திரிக் கடை திறக்கவில்லை. இஸ்திரிக்காரர் இப்படிச் செய்வது முதல் முறையில்லை. சர்க்கரை நோய். சில சமயம் ஒரு வாரம் வரை கடையை அடைத்திருக்கிறார். அடுத்த சந்தில் இன்னொரு ஆள் இருக்கிறார். ஒரு முறை கொடுத்தபோது

''இனி வாடிக்கையயாக வற்றா இருந்தா செய்யலாம்'' என்று அவன் கண்களை நோக்கினார். தலையாட்டினான். ஆனால் பழைய இஸ்திரிக்காரர் கண்ணில் படும்படி அவரது சந்தைத் தாண்டிச் செல்ல மனதுக்கு ஒப்பவில்லை. அவரும் ஈரெட்டாய் கடை போடுவதை நிறுத்தவில்லை. அவர் இல்லாவிட்டால் துணியை வண்டியில் வைக்கக் கூடாது என்று காலையில் வெறும் கையுடன் வந்து எட்டிப் பார்த்தான். அவர் இல்லை. ஐந்தாறு பேன்ட் மற்றும் சட்டைகள் இஸ்திரி போட வேண்டும். ஞாயிறு நேர்முகத்துக்குத் தேவையான நல்ல சட்டையும் இஸ்திரி செய்தால்தான் போடக்கூடியது.

முனைக் கடையில் அவன் தலையைப் பார்த்த உடனேயே தேநீர் போடத் துவங்கிவிட்டார். தேநீர் குடிக்கும்போது அவனுக்கு மனம் இளகியதுபோல தோன்றியது. சாந்தியை எப்படியாவது சமாதானம் செய்து கொள்ளலாம். அறைக்கு வந்து உடை மாற்றி துண்டு, சோப் எடுத்து மறுபடி அறையைப் பூட்டி வாளியிலேயே சாவியைப் போட்டு குளியலறையை அடையும்போதே கைபேசி ஒலித்தது. குளித்துவிட்டு வந்தான். இரவு ஒன்பது மணி. மும்பையிலிருந்துதான் அவன் விட்ட அழைப்பு. அழைத்தான். ஞாயிறு வருவதை உறுதி செய்கிறீர்களா என்று கேட்டபோது தன்னையும் அறியாமல் சரி என்றான். விமானப் பயணத்தை நாளைக்கு அலுவலகம் போகும் வழியில் ட்ராவல்ஸ் மூலம் செய்ய வேண்டும். இரவு குறுஞ்செய்தி பார்த்து சாந்தி மகிழ்ந்து 'நீங்கள் போவீர்கள். எனக்கு தெரியும்' என்று பதில் அனுப்பினாள்.

விடியற்காலை நான்கு மணிக்கு மின் தடையில் வியர்த்து எழுந்தான். இஸ்திரி போட வேண்டிய துணிப்பை காலை இடறியது. மெழுகுவர்த்தியை ஏற்றி வைத்து நாளை மும்பைக்குப் போக ஏன் இப்போது 'ஆன் லைனி'ல் டிக்கெட் போடக் கூடாது என்று ஒரு யோசனை. மடிக்கணினியை இயக்கினான். கொஞ்சம் பேட்டரி இருந்தது. இணையதளத்துக்கான 'டேட்டா கார்டை'ச் சொருகினான். ஏகப்பட்ட சலுகைகளுடன் நிறைய விமான சேவைகள். ஞாயிறு இரவு நேரமாகும் என்று வேலை வாய்ப்பு நிறுவனம் எச்சரித்திருந்தது. திங்கள் காலை கிளம்பும் விமானத்தில் வந்து சென்னையில் மாறி மதியம் திருச்சி வந்து விடலாம். எதாவது சொல்லி மேனேஜரை சமாளிக்கலாம். போக வர டிக்கெட்டை கிரெடிட் கார்டில் உறுதி செய்தான். இன்று நள்ளிரவு திருச்சியில் இருந்து மும்பைக்கு விமானம்.

அம்மாவிடம் எதுவுமே சொல்லாமல் இவ்வளவு தூரம் போய் வருவதா? திருச்சி ஆபிஸ் விஷயமாகப் போய் வருவதாகச் சொல்ல வேண்டியதுதான்.

விடியும்போதுதான் இஸ்திரித் துணி விஷயம் பெரிய பிரச்சனையோ என்று பட்டது. வேறு வழியில்லையென்றால் மாலை புதிதாக வாங்கலாம். அப்படியும் திங்கட் கிழமை போட துணியே இல்லை. திடீரெனத் துணியில் பணம் போட மனம் ஒப்பவுமில்லை. சாந்தி தன்னை மூச்சுவிட முடியாத அளவு பதற்றமான வாரக்கடைசிக்குத் தள்ளிவிட்டாள்.

டீ குடித்துவிட்டு வாடிக்கையான கடையை எட்டிப் பார்த்தான். ஆளைக் காணோம். 7 மணிக்கு துணிகளை எடுத்துக்கொண்டு நேரே அடுத்த சந்தில் நுழைந்தான். அந்த சந்தின் இஸ்திரிக்காரர் சுறுசுறுப்பாக இஸ்திரி போட்டபடி இருந்தார். மெதுவாகச் சென்று அவர் எதிரே நின்றான். அவர் கண்டுகொள்ளவே இல்லை. எஃப் எம்மில் உற்சாகமாக ஒரு அறிவிப்பாளர் சாரதாஸில் ஆடித் தள்ளுபடி என்று விவரித்துக் கொண்டிருந்தார்.

தொண்டையைச் செருமிக்கொண்டு ''கொஞ்சம் அர்ஜென்ட்'' என்றான். அவர் தனது வண்டிக்குக் கீழே உள்ள பைகளைக் காட்டி ''நெறைய வேலை இருக்கு. முடியாது'' என்றார். மூக்கை உடைத்ததுபோல இருந்தது. கெஞ்சவும் கௌரவம் இடம் கொடுக்கவில்லை. ''சரி எடுத்துக்கிட்டு போறேன்'' என்று திரும்பினான். சில தப்படிகள் நடந்தான். ''ஸார்... '' என்று அழைத்தார். ''இந்த ஒரு தடவை மட்டும் செய்து தர்றேன்'' என்றார்.

கைபேசியில் சிறு சிணுங்கல். சாந்திதான். 'ரெடிதானே?' என்று குறுஞ்செய்தி. இஸ்திரிக்காரரைப் பொறாமையோடு திரும்பிப் பார்த்துவிட்டு மேலே நடந்தான்.

●

(சொல்வனம் 15.3.2005 இதழில் வெளியானது.)